AF762444

அதிர்ந்த இந்தியா

தேசத்தை உலுக்கிய பண மதிப்பு நீக்கம்

டாக்டர் **சோம. வள்ளியப்பன்**

பங்குச்சந்தை வர்த்தகம், உணர்வு மேலாண்மை, சுயமுன்னேற்றம், நிர்வாகவியல், மனித வள மேம்பாடு உள்ளிட்ட துறைகளில் பல புகழ்பெற்ற நூல்களை எழுதியவர். துறை சார்ந்த செழிப்பான அனுபவமும் நிபுணத்துவமும் கொண்டிருக்கும் இவர் தொலைக் காட்சி மற்றும் பத்திரிகைத்துறை ஊடகங்களில் தொடர்ந்து இயங்கி வருகிறார்.

பங்குச்சந்தை பற்றிய இவருடைய அள்ள அள்ளப் பணம் நூல்கள் (வரிசை 1-5), வெளிவந்த காலம் தொட்டு இன்றுவரை தொடர்ந்து விற்பனையில் சாதனை படைத்துவருகின்றன.

ஆசிரியரின் பிற நூல்கள்

பங்குச்சந்தை

1. அள்ள அள்ளப் பணம் 1 - *பங்குச்சந்தை: அடிப்படைகள்*
2. அள்ள அள்ளப் பணம் 2 - *பங்குச்சந்தை: அனாலிசிஸ்*
3. அள்ள அள்ளப் பணம் 3 - *பங்குச்சந்தை: ஃபியூச்சர்ஸ் அண்ட் ஆப்ஷன்ஸ்*
4. அள்ள அள்ளப் பணம் 4 - *பங்குச்சந்தை: போர்ட்ஃபோலியோ முதலீடுகள்*
5. அள்ள அள்ளப் பணம் 5 - *பங்குச்சந்தை: டிரேடிங்*

வியாபாரம்

1. *நம்பர் 1 சேல்ஸ்மேன்* (சிறந்த விற்பனையாளர் ஆவது எப்படி?)
2. பணமே ஓடி வா

நிர்வாகம்

1. *ஆளப்பிறந்தவர் நீங்கள்* (தலைமைப் பண்புகள்)
2. *காலம் உங்கள் காலடியில்* (நேர நிர்வாகம்)
4. *உலகம் உன் வசம்* (கம்யூனிகேஷன்)
5. *உறுதி மட்டுமே வேண்டும்* (கமிட்மெண்ட்)
6. *உறவுகள் மேம்பட* (Secrets of Managing People)
7. *சிறந்த நிர்வாகி ஆவது எப்படி?*
8. *மேனேஜ்மெண்ட் குரு கம்பன்*
9. *நாட்டுக் கணக்கு*
10. *நாட்டுக்கணக்கு -2 - இந்திய பொருளாதாரம் அன்றும் இன்றும்*
11. *வீட்டுக் கணக்கு*
12. *நேரத்தை உரமாக்கு* (காலம் உங்கள் காலடியில் - 2)

சுயமுன்னேற்றம்

1. *எமோஷனல் இண்டெலிஜென்ஸ் 2.0*
2. *இட்லியாக இருங்கள் - எமோஷனல் இண்டெலிஜென்ஸ்*
3. *தடையேதுமில்லை* (சுயமுன்னேற்றக் கட்டுரைகள்)
4. *மன அழுத்தம் விரட்டலாமா* (மாணவர்களுக்கு -யுனெஸ்கோவுக்காக)
5. *உஷார் உள்ளே பார்* (மனமும் சக்தியும்)
6. *ஆல் தி பெஸ்ட்!* (நேர்முகங்களில் வெற்றி பெறுவது எப்படி?)
7. *தள்ளு* (மோட்டிவேஷன்)
8. *சின்னத் தூண்டில் பெரிய மீன்*
9. *சிறு துளி பெரும் பணம்*
10. *டீன் தரிகிட* (பதின் பருவத்தினருக்கு)
11. *சொல்லாததையும் செய்!*
12. *மனதோடு ஒரு சிட்டிங்*
13. *இவ்வளவுதானா நீ?*
14. *முன்னேற்றம் இந்தப் பக்கம்*
15. *எல்லோரும் வல்லவரே*
16. *காதலில் இருந்து திருமணம் வரை*

ஆன்மிகம்

1. *எங்குமிருப்பவர் (சாய் சரிதம்)*

அதிர்ந்த இந்தியா

தேசத்தை உலுக்கிய பண மதிப்பு நீக்கம்

டாக்டர் **சோம. வள்ளியப்பன்**

கிழக்கு

அதிர்ந்த இந்தியா: தேசத்தை உலுக்கிய பண மதிப்பு நீக்கம்
Adirndha India: Desaththai Ulukkiya Pana Madhippu Neekkam

First Edition: December 2018
160 Pages
Printed in India.

ISBN 978-93-86737-77-9
Kizhakku 1136

Kizhakku Pathippagam
177/103, First Floor, Ambal's Building, Lloyds Road,
Royapettah, Chennai - 600 014. Ph: +91-44-4200-9603
Email : support@nhm.in Website : www.nhm.in

kizhakkupathippagam kizhakku_nhm

Author's Email: writersomavalliappan@gmail.com
baluvalliappan5@gmail.com

Author's Website : www.writersomavalliappan.in

Kizhakku Pathippagam is an imprint of New Horizon Media Private Limited

எதிர்ப்பு இல்லை. ஆதரவு இருந்தது.
போராடவில்லை. ஒத்துழைத்தார்கள்.
எல்லாம் எதற்காக?

உள்ளே

முன்னுரை

இன்றைய தலைமுறையினர் தங்களுக்கு நினைவுதெரிந்து சந்திக்கும் முதல் பெரும் சர்ச்சைக்குரிய முடிவு, 2016 நவம்பர் மாதம் அறிவிக்கப்பட்ட பண மதிப்பு நீக்கம் எனப்படும் 'டிமானிடைஷேசன்' ஆகும். கடந்த இரண்டு ஆண்டுகளாகத் தொடர்ந்து விவாதிக்கப்பட்டுவரும் பேசுபொருளாக இது மாறிவிட்டது.

காரணம், பண மதிப்பு நீக்கம் என்பது வெறுமனே மிகப் பெரும் முடிவு மட்டுமல்ல, மிக முக்கியமான முடிவும்கூட. இதைப் பற்றிப் பல்வேறு சமயங்களில் நான் தொலைக்காட்சி நிகழ்ச்சிகள் வாயிலாகவும், பத்திரிகைகள் வாயிலாகவும் என் கருத்துகளைப் பகிர்ந்து வந்திருக்கிறேன். ஆரம்பத்தில், இதன் பலன்களை மட்டுமே உணர்ந்தவனாக இருந்தேன் என்பதால் அதை ஆதரித்துப் பேசினேன்.

ஓராண்டு முடிவதற்குள் இந்த நடவடிக்கை குறித்துக் கூடுதலாகத் தெரிந்துகொள்ளமுடிந்தது. சென்னையில் பொதுமக்கள் மத்தியில் தந்தி தொலைக்காட்சி நடத்திய 'மக்கள் மன்றம்' நிகழ்ச்சியில் கலந்துகொண்டபோது, 'பண மதிப்பு நீக்கத்தால் மக்களுக்குச் சிரமமே' என்ற அணியில் பேசினேன். இரண்டாம் ஆண்டிலும் என் முடிவில் மாற்றமில்லை.

ஒரு நாள் என்னுடைய அலுவலகத்தில் அமர்ந்து சில விவரங் களைத் தேடிக்கொண்டிருந்தபோது, இரண்டு ஆண்டுகளாக ஊடகங்களில் பகிர்ந்துகொள்வதற்காக பண மதிப்பு நீக்கம் தொடர்பாகவும் அதன் தாக்கங்கள்குறித்தும் கணிசமான அளவு தரவுகள், தகவல்கள் சேமித்து வைத்திருந்ததைக் கவனித்தேன்.

இதையெல்லாம் கொண்டு ஏன் ஒரு நூலை எழுதக்கூடாது? சமகாலத்தில் இதைக் காட்டிலும் அதிகம் விவாதிக்கப்பட்ட இன்னொரு விஷயம் இல்லை என்னும்போது அது குறித்துத் தமிழில் ஒரு நூல் வருவது முக்கியமல்லவா? 2018 செப்டெம்பர் மாதம் கிழக்கு பதிப்பகத்திடம் பேசினேன். ‘உடனே எழுதுங்கள்’ என்றார்கள்.

வேறு எந்தப் புத்தகத்தைக் காட்டிலும் என்னை அதிகம் வேலை வாங்கிய புத்தகம் இது. குறிப்பாக கடந்த 10 நாட்களாக இரவு பகல் இதே வேலைதான். அத்தியாயங்களை வரிசைப்படுத்துவதற்கு அதிக நேரம் ஆகிவிட்டது. இதை எப்போது முடிப்போம், எப்போது அடுத்த வேலைகள் செய்வோம் என்று நினைக்கும் அளவுக்கு ஆகிவிட்டது. ஆனாலும், ஒரு வரலாற்று முக்கியத்துவம் வாய்ந்த நடவடிக்கையைப் பதிவு செய்கிறோம் என்கிற மனநிறைவுடன் எழுதி முடித்தேன்.

இது குறித்து உங்களிடம் கூடுதல் தகவல்கள் இருந்தால் அல்லது மாற்றுக் கருத்துகள் இருந்தால், என் மின்னஞ்சலுக்கு எழுதுங்கள். நன்றி. புத்தகம் குறித்தும் நீங்கள் எனக்கு எழுதலாம்.

வாழ்த்துகள்!

சோம வள்ளியப்பன்

writersomavalliappan@gmail.com

21.11.18

1

அறிவிப்பு

இதனால் சகலமானவர்களுக்கும் அறிவிப்பது என்னவென்றால்...

இந்தியர்களாகிய நம்மால் சில தேதிகளை மறக்கவே முடியாது. ஆகஸ்ட் 15, ஜனவரி 26, அக்டோபர் 2 ஆகியவை அவற்றுள் சில. அந்த முக்கியமான, மறக்கமுடியாத தேதிகளின் பட்டியலில் புதிதாகச் சேர்ந்துகொண்டுவிட்டது, நவம்பர் 8.

8 நவம்பர் 2016 அன்று 125 கோடி மக்களைக் கொண்ட இந்தியத் துணைக்கண்டத்தின் பல்வேறு நகரங்களிலும் கிராமங்களிலும் வாழ்க்கை வழக்கம்போல நகர்ந்துகொண்டிருந்தது. மற்றொரு சராசரி நாளாகத்தான் அதுவும் கடந்து சென்றிருக்கவேண்டும். ஆனால் அது நடக்கவில்லை.

பொழுது சாய்ந்த நேரம். மக்கள் இரவு உணவுக்குத் தயாராகிக் கொண்டிருந்தனர். மிகச் சரியாக அப்போது வெளிவந்தது அந்த அறிவிப்பு. அந்த அறிவிப்பு இந்தியர்களால் மறக்கவே முடியாத ஒன்றாக மாறிப்போனது.

நானும் அதை ஒரு சராசரி தினம் என்றுதான் நினைத்திருந்தேன். இரவு மணி எட்டு. எனது வீட்டு அலுவலக அறையில் அமர்ந்து எழுதிக்கொண்டிருந்தேன். இரவு உணவு இன்னமும் சாப்பிட வில்லை. அப்போது செல்பேசி அழைப்பு வந்தது. பேசியவர், தந்தி தொலைக்காட்சி ஆயுத எழுத்து நெறியாளர் அசோக வர்ஷினி. எடுத்தவுடன், ‘500 மற்றும் 1000 ரூபாய் நோட்டுகள் செல்லாது என்ற பிரதமரின் அறிவிப்பு பற்றி நீங்கள் என்ன நினைக்கிறீர்கள்?’ என்று கேட்டார்.

'என்னது 500, 1000 ரூபாய் நோட்டுகள் செல்லாதா? என்ன சொல்கிறீர்கள் நீங்கள்!'

'ஐயோ, சார் உங்களுக்கு விஷயம் தெரியாதா? பிரதமர் மோடி, நாட்டு மக்களுக்கு தொலைக்காட்சியில் பேசிக் கொண்டிருக் கிறார். உடனே பாருங்கள்' என்றார்.

தொலைக்காட்சிப் பெட்டியை அவசரமாக ஆன் செய்தேன். தேசியக்கொடி இருந்தது. சிங்க முகத் தூண் சின்னம் தெரிந்தது. வெள்ளை நிறத்தில் காலர் இல்லாத முழுக்கைச் சட்டையும், இளம் தங்க நிறத்திலான 'மோடி' கோட்டும் அணிந்துகொண்டு, 'இன்று நள்ளிரவு 12 மணிக்கு மேல் ரூபாய் 500 மற்றும் 1000 நோட்டுகள் செல்லாது' என்று பிரதமர் கம்பீரமாகவும் உறுதியுடனும் அறிவித்துக்கொண்டிருந்தார். கீழே தமிழில் தகவல் ஓடிக்கொண்டிருந்தது.

அதிர்ச்சியாக இருந்தது.

அதற்குள் நியூஸ் 18 சேனலில் இருந்து தொலைபேசி அழைப்பு வந்தது. 'மக்களுக்கு மிகப்பெரிய சிக்கலை ஏற்படுத்தும் நடவடிக்கை இது. சரியில்லை' என்ற பொருளில் கருத்து சொன்னேன்.

தொடர்ந்து வெவ்வேறு தொலைக்காட்சி சேனல்களை மாற்றி மாற்றிப் பார்த்தேன். நாடெங்கும் அதிர்ச்சியும் குழப்பமும் நிலவியதை சேனல்கள் காட்டிக்கொண்டிருந்தன.

நியூஸ் 7 சானலிலிருந்து மீண்டும் ஒரு போன் அழைப்பு. அடுத்து உடனே இன்னொரு அழைப்பு. இந்த முறை தமிழ் இந்து நாளிதழில் இருந்து ஜனா பேட்டி கேட்டார். 'மக்களுக்கு சிரமம் ஏற்படுத்தும் நடவடிக்கை' என்ற விதத்தில் அபிப்பிராயம் சொன்னேன்.

மீண்டும் இன்னொரு போன். தந்தி தொலைக்காட்சியில் இருந்து. 'உங்கள் வீட்டுக்கு அவுட் பவுண்ட் யூனிட் வருகிறது. நேரலை செய்யப்போகிறோம். தயாராக இருங்கள்' என்றார்கள்.

அரை மணி நேரத்தில் கேமரா சகிதம் வந்து சேர்ந்தார்கள். நான் அதற்குள் அதிர்ச்சியில் இருந்து மீண்டு கொஞ்சம் நிதானத்துக்கு வந்திருந்தேன். மக்கள் எப்படி வங்கி ஏடிஎம்களைக் கூட்டம் கூட்டமாக மொய்த்துக் கொண்டிருந்தார்கள் என்பதைத் தொலைக்காட்சியில் காட்டிக்கொண்டிருந்தார்கள். எல்லாத் தொலைக்காட்சி சேனல்களிலும் இதே செய்திதான்.'

‘இன்று நள்ளிரவு முதல் தங்களிடமிருக்கும் 500 மற்றும் 1000 ரூபாய் மகாத்மா காந்தி சீரிஸ் தாள்களை மக்கள் வங்கி ஏடிஎம்களிலும் தபால் நிலையங்களிலும் செலுத்தலாம். ஒரு நாள் விட்டு, வரும் 10ம் தேதி முதல் மாற்றிக்கொள்ளலாம்; வங்கிகள் புதிய நோட்டு களை வழங்கும்’ என்றது அறிவிப்பு.

500 ரூபாய் 1,000 ரூபாய் தாள்களை தங்கள் வங்கிக் கணக்கில் செலுத்த டிசம்பர் 31 வரை அதாவது 50 நாள் கால அவகாசம் இருக்கிறது என்று பிரதமர் சொல்லி இருந்தபோதும் மக்களிடம் பதட்டம்.

நான் என் வீட்டு ஹாலில் சோபாவில் அமர்ந்திருக்க, காதுக்கு ஹெட்போன் மாட்டி, வயிற்றுப்பக்கம் சட்டைப் பொத்தானைக் கழற்றி, சின்னஞ் சிறிய மைக்கை உள்ளே நுழைத்து, காலருக்கு அருகே அதை வெளியே இழுத்து, சட்டைக் காலரில் கிளிப் செய்தார்கள். எதிரே ஸ்டாண்ட் போட்டு அதில் கேமராவைப் பொருத்தினார்கள்.

நேரடி ஒளிபரப்பு. தந்தி டிவி ஸ்டூடியோவில் தலைமை செய்தி ஆசிரியர் ரங்கராஜ் பாண்டே தயாராக இருந்தார். மற்றொரு இடத்தில் இருந்து கம்யூனிஸ்ட் கட்சியின் அருணன் அவர்களும் அதே நேரலையில் பங்கேற்றார். பாண்டேவின் கேள்விகளுக்கு நானும் அவரும் மாறி மாறி பதில்கள் சொன்னோம்.

எல்லை தாண்டிய பயங்கரவாதம் செய்துகொண்டிருந்தவர்கள் மீது நடத்தப்பட்ட சர்ஜிக்கல் ஸ்டிரைக்குடன் பண மதிப்பு நீக்கத்தை ஒப்பிட்டு, அதைவிடவும் பெரிய தாக்குதல் இது என்றேன். இவ்வளவு பெரிய முடிவை, இவ்வளவு ரகசியமாக வைத்திருந்து செய்திருக்கிறார்களே என்றேன். இது துணிச்சலான முடிவு என்றும் சொல்லிவிட்டு, நடவடிக்கைமீது இரண்டு பார்வைகளை வைத்தேன்.

முதலாவது பார்வை, நீண்ட கால அடிப்படையில் இது கருப்புப் பண ஒழிப்புக்கு உதவும் என்பது. இரண்டாவதாக, சாதாரண மக்களுக்கு, அவர்களுடைய உடனடித் தேவைகளுக்கு இது பெரும் சிரமமாக இருக்கும் என்றேன். மக்களிடம் பீதியும் அச்சமும் இருக்கிறது. அவர்களுக்கு இருப்பது நியாயமான அச்சம்தான் என்றும் குறிப்பிட்டேன்.

‘இவ்வளவு பெரிய நாட்டில், இப்படியொரு நடவடிக்கை எடுத்திருப்பதை நம்பக்கூட முடியவில்லை. பெரிய அளவில் 500,

1000 கோடி பணம் வைத்திருப்பவர்கள் சத்தம் போடுவதாகத் தெரியவில்லை. பாவம், தினசரி, மாதச் செலவுகளுக்குப் பணம் வைத்திருப்போர்தான் படுசிரமத்துக்கு உள்ளாகியிருக்கிறார்கள்.

'சென்னையில் வெள்ளம் வந்தபோது எப்படி, இருப்பவர்கள் இல்லாதவர்களுக்கு உதவினோமோ, அப்படியே இந்த நோட்டு பிரச்னை தீரும்வரை பத்து ரூபாய், இருபது ரூபாய், ஐம்பது ரூபாய் நூறு ரூபாய் நோட்டுகள் வைத்திருப்பவர்கள், இல்லாதவர்களுக்கு உதவவேண்டும்.

'மேலும், தேவையோ இல்லையோ எல்லோருமே செல்லக்கூடிய நோட்டுக்களைச் சேர்க்க ஒரே நேரத்தில் முயற்சிக்கக்கூடாது; இயன்றவரை வங்கி காசோலைகள், கிரெடிட் கார்டுகளைப் பயன் படுத்த வேண்டும். ரொக்கம் தேவை இல்லாதவர்கள் வங்கிகளில் தபால் நிலையங்களில் மற்றவர்களோடு சேர்ந்து வரிசையில் நின்று நெருக்கடியை அதிகரிக்காமல், கூடுதல் தேவை இருப்பவர் களுக்காக ஒதுங்கி வழிவிட வேண்டும்.'

இதுதான் நான் சொன்னதின் சாரம். செய்தி வெளியானவுடன் முதல் நாள் நான் தெரிவித்தது இது. நடவடிக்கை பற்றி மட்டுமின்றி, அதனால் ஏற்படும் சூழ்நிலையைச் சமாளிக்க மக்கள் என்ன செய்யவேண்டும் என்றும் குறிப்பிட்டிருந்தேன்.

மற்ற சானல்களையும் பார்த்தேன். அங்கே பேசிய கருத்தாளர்கள் பலர் தங்களுடைய அச்சத்தை வெளிப்படுத்திக் கொண்டிருந் தார்கள். நீங்கள் பேசியது நம்பிக்கை அளிப்பதாக இருந்தது என்று பின்பு என்னிடம் பேசிய சிலர் தெரிவித்தார்கள்.

அப்போது எங்களில் பலருக்கும் இருந்த எண்ணம் இதுதான். 'எட்டாம் தேதி இரவு, ரூபாய் நோட்டு செல்லாது என்ற அறிவிப்பு வந்திருக்கிறது. ஒன்பதாம் தேதி வங்கிகள் இயங்காது. பத்தாம் தேதி வங்கிகள் திறக்கப்பட்டு, புதிய 500 மற்றும் 1,000 ரூபாய் நோட்டுகள் வழங்கப்படும்.' இப்படிதான் நினைத்தோம். இதற்காக வங்கிகளில் கூடுதல் கவுண்டர்கள் திறக்கப்படும் என்று ரிசர்வ் வங்கி அறிவித்திருப்பதாகத் தொலைக்காட்சி செய்திகளில் சொன்னார்கள்.

பிரதமரின் இந்த அறிவிப்பு, குறிப்பாக ஏழை மக்களால், இளைஞர்களால் வரவேற்கப்பட்டது. தவறான வழியில் பணம் சம்பாதித்தவன் காசு ஒழிந்தது. கள்ளப் பணம், கருப்புப் பணம் வைத்திருப்பவர்களால் அவற்றை வங்கிகளில் கொடுத்து மாற்ற

முடியாது என்று பிரதமர் சொன்னது அவர்களைக் கவர்ந்தது. என் எண்ணமும் அதுதான்.

மற்றொரு பக்கம், மக்களிடையே பதற்றம் வளரத் தொடங்கிவிட்டது. செல்லாது போன ரூபாய் தாள்களை உங்கள் வங்கிக் கணக்குகளில் கட்டிவிடுங்கள் என்று அறிவிக்கப் பட்டிருந்ததால் பயத்துடன் பலரும் வீட்டிலிருந்த பணத்தை எல்லாம் தேடியெடுத்து அந்த இரவு நேரத்திலும் ஏடிஎம்களை நோக்கி ஓடினார்கள்.

அங்கே போனால் பெரிய கூட்டம். கடும் போட்டி. தள்ளுமுள்ளு. பிரதமரின் அறிவிப்பு வந்த சில மணி நேரங்களில் தங்கத்தின் விலை கிடுகிடுவென உயர ஆரம்பித்தது. காரணம், தங்கள் வசமுள்ள செல்லாத ரூபாய் தாள்களை எப்படியாவது சீக்கிரமாகப் பயன்படுத்திவிடவேண்டும் என்று மக்கள் நினைத்ததுதான். சிலர் அவற்றைப் பயன்படுத்திப் பெட்ரோல் போட்டுக்கொண்டார்கள். போக்குவரத்தில் மக்களுக்கு சிரமம் வந்துவிடக்கூடாது என்பதால் பெட்ரோல் பங்குகளில் அந்தத் தாள்களைப் பயன்படுத்த அனுமதிக்கப்பட்டிருந்தது. ஆனால் எவ்வளவு தாள்களுக்கு பெட்ரோல் போட்டுவிடமுடியும்?

கைவசம் இருக்கும் அந்தத் தாள்களை, வங்கி அல்லது தபால் நிலையங்களில், தங்கள் கணக்குகளில் செலுத்தலாம் என்றும் சொல்லப்பட்டிருந்ததால் அங்கெல்லாமும் கூட்டம் அலை மோதியது.

தங்கள் பெயரில் இருக்கும் வங்கிக் கணக்கில் கட்டினால், பின்னால் அந்தப் பணம் எப்படி சம்பாதிக்கப்பட்டது, கணக்கில் காட்டப்பட்டதா, அதற்கு வருமான வரி கட்டியிருக்கிறீர்களா என்றெல்லாம் அரசு கேட்குமே என்று தயங்கியவர்கள் தங்கத்துக்குத் தாவினார்கள். பலரும் இரவோடு இரவாக கடைகளுக்குப் போய் கையிலிருக்கும் நோட்டுகளுக்கு தங்கம், தங்க நகைகள் வாங்கினார்கள்.

குறிப்பாக, மும்பை, தில்லி, போபால் சென்னை, பெங்களூரு, கொல்கத்தா போன்ற நகரங்களிலும் உத்தரப் பிரதேசம், பஞ்சாப் போன்ற மாநிலங்களிலும் தங்க வியாபாரம் பெரும் அளவில் நடந்ததாக செய்திகள் வந்தன.

8ம் தேதி இரவு 12 மணிக்குப் பிறகும் 9ம் தேதி விடிகாலைக்குள்ளும் 15 ஆயிரம் கிலோ தங்க நகைகள், காசுகள், தங்கக் கட்டிகள்

விற்பனை ஆகியிருக்கின்றன என்று இந்திய புல்லியன் - ஜுவெல்லர்ஸ் அசோசியேஷன் செயலாளர் சுரேந்திர மேத்தா அறிவித்தார். அதன் மொத்த விற்பனை மதிப்பு ரூபாய் 5 ஆயிரம் கோடி.

ஐந்து, ஆறு மணிநேரங்களில் நடந்த 15 ஆயிரம் கிலோ தங்க விற்பனை என்பது இந்தியா மொத்தமும் ஒரு மாதம் முழுக்க நடக்கக்கூடிய விற்பனையில் ஐந்தில் ஒரு பங்கு.

இப்படியாக அந்தச் செவ்வாய்க்கிழமை இரவு பலருக்கும் பல்வேறு காரணங்களால் தூக்கம் பறிபோனது. மறக்கவே முடியாத இரவாக, அச்சமூட்டும் ராத்திரியாக அது அமைந்தது.

நகைக்கடைக்காரர்கள் மட்டும் எப்படி ரூபாய் தாள்களை வாங்கிக் கொள்கிறார்கள்? அது எப்படிச் சாத்தியம்? இதற்கான விடை எளிதில் யூகிக்கக்கூடியதுதான். அன்று வந்து குவிந்த நோட்டு களை அன்று மட்டும் வந்ததாக அவர்கள் கணக்கு காண்பிக்கப் போவதில்லை. கடந்த ஒரு மாதத்தில் நடந்த விற்பனையில் பெற்றுக்கொண்ட நோட்டுகள் என்றுதான் சொல்லப்போகி றார்கள். பில் போடும்போதே முந்தைய தேதியைப் போடுவார்கள் என்று சிலர் விளக்கமளித்தனர்.

நவம்பர் 8 க்கு முந்தைய நாள் வரை, கிராம் 3 ஆயிரத்துக்கும் கீழ் இருந்த தங்கத்தின் விலை, அன்றிரவு ரூ.4,500, 6,000, 6,500 வரை உயர்ந்தது. அப்போதும் வாங்க பலர் இருந்தார்கள். ரூ.7,000 கொடுத்து வாங்கியவர்களும் உண்டு.

அன்றைய இரவு கடையைத் திறந்து வைத்து விற்பனை செய்தவர்கள் வருமான வரித்துறை ரெய்டுகளைச் சந்தித்தனர் என்ற செய்திகளும் வந்தன. குறிப்பாக, மும்பை ஜாவேரி பஜாரில் அமைந்துள்ள ஆறு கடைகளில் வருமான வரித்துறை ரெய்டு செய்ததாக உறுதி செய்யப்படாத செய்திகள் வந்தன.

கணக்கில் வராத பணத்தைக் கொண்டு தங்கம் வாங்கித் தப்பித்து விடலாம் என்று நினைத்தவர்களால் ஏற்பட்ட குழப்பம் இது. அதே நேரம் அறிவிப்பு வந்த இரவு கருப்புப் பணம், கள்ளப் பணம் வைத்திருக்காத மக்கள் அச்சமில்லாமலும், திருப்தியோடும் உறங்கச் சென்றிருப்பார்கள். கருப்புப் பணம் வைத்திருந்தவர்கள் மட்டுமே தூங்காமல் இரவைக் கழித்தார்கள்.

ஆனால் எவருமே பண மதிப்பு நீக்கத்தின் தாக்கத்தை அன்று புரிந்துகொள்ளவில்லை என்றே சொல்லலாம். அந்தத் தாக்கம்

எவ்வளவு நேரம் நீடிக்கும்? என்னென்ன குழப்பங்களெல்லாம் தோன்றும்? எப்படிப்பட்ட மாற்றங்களைச் சமூகத்தில் ஏற்படுத்தும்? இதையெல்லாம் ஒருவராலும் யோசிக்க முடியவில்லை.

அவர்கள் மட்டுமல்ல. அறிவிப்பை வெளியிட்ட பிரதமரும்கூட இதையெல்லாம் யோசித்துப் பார்த்திருப்பாரா என்று தெரிய வில்லை.

2

எதற்காக?

பிரதமர் சொன்ன காரணங்கள்

இந்தியாவில் மட்டுமல்ல, உலகளவிலும் கவனத்தை ஈர்த்த ஒரு விஷயமாக பண மதிப்பு நீக்கம் குறித்த அறிவிப்பு அமைந்து விட்டது. பிரதமர் இந்த அறிவிப்பைத் திடீரென்று வெளியிட்டது ஏன்? அதற்கு அவரிடம் இருந்த காரணங்கள் என்னென்ன? அவருடைய வார்த்தைகளிலேயே பார்க்கலாம்.

> *'கடந்த சில பத்தாண்டுகளில் ஊழலும் கருப்புப் பணமும் பெருகிவிட்டன. இதன் காரணமாக ஏழைமையை அகற்ற முடியவில்லை. பொருளாதார வளர்ச்சியில் முதலிடத்தில் இருக்கும் நாம் உலகளவில் ஊழலில் 100வது இடத்தில் இருக்கிறோம்.*
>
> *கடந்த இரண்டு ஆண்டுகளில் எடுத்த பல நடவடிக்கைகள் காரணமாக 76 ஆவது இடத்தில் இருந்து 24 ரேங்குகள் மட்டுமே முன்னேறி, 100வது இடத்திற்கு நகர்ந்திருக்கிறோம்.*
>
> *உரியவர்களின் பொருள்களைத் திருப்பிக்கொடுக்கும் ஆட்டோக்காரர்கள், காய்கறி விற்பவர்கள் போன்றோரின் நேர்மை பற்றிக் கேள்விப்படுகிறோம். அதே சமயம் சிலர் தங்கள் அதிகாரத்தைத் தவறாகப் பயன்படுத்தி பணம் சேர்ப்பதையும் பார்க்கிறோம்.*

இது தவிர, நாட்டில் போலி பணம், கள்ள நோட்டுகள் புழங்குகின்றன. இவற்றை நம் நாட்டின் எல்லைக்கு வெளியே இருந்து நமது எதிரிகள் தீவிரவாதிகளுக்குக் கொடுக்கிறார்கள். இப்படி பல ஆண்டுகளாக கொடுத்து வருகிறார்கள். இப்படிப்பட்ட ரூபாய் தாள்கள் பலமுறை பிடிக்கப் பட்டிருக்கின்றன.

சகோதர சகோதரிகளே, ஒருபுறம் தீவிரவாத பிரச்னை. மற்றொரு புறம் ஊழலும் கருப்புப் பணமும். கருப்புப் பணத்தை ஒழிக்க கடந்த இரண்டரை ஆண்டுகளில் பல நடவடிக்கைகளை எடுத்துள்ளோம். ஓய்வு பெற்ற உச்சநீதிமன்ற நீதிபதி தலைமையில் சிறப்புப் புலனாய்வுப் படை (எஸ்ஐடி) வெளிநாட்டில் இருக்கும் கருப்புப் பணம் குறித்து தகவல் தெரிவிக்கவேண்டும் என்று 2015 ஆவது ஆண்டு சட்டம் இயற்றியது. அமெரிக்கா உள்பட பல நாடுகளுடன், இந்தியர்கள் டெபாசிட் செய்திருக்கும் கருப்பு பணம் பற்றிய தகவல்களைப் பகிர்ந்து கொள்ளவேண்டும் என்று ஒப்பந்தங்கள் உள்ளன.

2016ல் கொண்டுவரப்பட்ட பினாமி பரிவர்த்தனை சட்டம் மற்றும் கடுமையான அபராதம் கட்ட வேண்டிய கருப்புப்பண திட்டம் போன்ற திட்டங்களால் சுமார் ஒன்றே கால் லட்சம் கோடி ரூபாய் கருப்புப் பணம் வெளிவந்திருக்கிறது. நேர்மையான மக்கள் இதையே விரும்புகிறார்கள். காரணம், ஊழல் மற்றும் கருப்புப் பணத்தால் ஏழைகளும் சாதாரண மக்களும்தான் அதிகம் பாதிக்கப்படுகிறார்கள்.

படுக்கைக்கு அடியிலும் கோணிப் பைகளிலும் ரொக்கம் வைத்திருந்து சில அரசு அதிகாரிகளும் மற்றவர்களும் பரிவர்த்தனைகள் செய்வது குறித்து வருந்தாத சாதாரண மனிதன் உண்டா?

நேர்மையாகச் சம்பாதிப்பவர்களால் சொத்து வாங்க முடிகிறதா? சொத்து வாங்கும்போது பாதி பணம் காசோலை யாகவும் பாதிப்பணம் ரொக்கமாகவும் (கருப்பு) கொடுக்கப் படுவதை நீங்களே பார்த்திருப்பீர்கள். இப்படி ரொக்கத்தைப் பயன்படுத்துவதால், பொருள்கள், வீடுகள், கல்விக் கட்டணம், மருத்துவக் கட்டணம் ஆகியவற்றின் விலைகள் கடுமையாக உயர்ந்திருக்கின்றன.

அதிக அளவில் ரொக்கப் பணம் புரள்வதால், ஹவாலா வர்த்தகம் பலப்படுகிறது. ஹவாலா வர்த்தகம்மூலம் கருப்புப் பணமும், சட்டவிரோதமான ஆயுத வர்த்தகமும் நடைபெறுகிறது. தேர்தல்களில் புழங்கும் பணம் பற்றிப் பல ஆண்டுகளாகப் பேசி வருகிறோம்.

இந்தக் கருப்பு பணம் மற்றும் ஊழல் ஆகியவற்றின் பிடியில் இருந்து மீள, இன்று இரவு 12 மணிக்குமேல் புழக்கத்தில் உள்ள 500 மற்றும் 1,000 ரூபாய் நோட்டுகள் செல்லாது என்று முடிவெடுத்திருக்கிறோம்.

இதன்மூலம் இந்தத் தாள்களை பெருமளவில் பதுக்கி வைத்திருக்கும் தேச விரோதிகள் மற்றும் சமூக விரோதிகளின் பணம் வெற்றுத்தாள் ஆகிவிடும். நேர்மையாக, கடுமையாக உழைக்கும் மக்களின் உரிமைகளும் தேவைகளும் முழுவதும் பாதுகாக்கப்படும். மற்றபடி 100, 50, 20, 10, 5, 2 மற்றும் ஒரு ரூபாய் நோட்டுகள், காசுகள் செல்லுபடியாகும்'.

பிரதமர் கூடுதலாகச் சில விவரங்களையும் பகிர்ந்துகொண்டார்.

500 மற்றும் 1,000 ரூபாய் தாள்கள் வைத்திருப்பவர்கள் தங்களுடைய வங்கி அல்லது தபால் நிலையக் கணக்குகளில் நவம்பர் 10ஆம் தேதி முதல் டிசம்பர் 31ம் தேதி வரை எந்தத் தொகை வரையறையும் இல்லாமல் கட்டலாம்.

இதனால் பணத்தைக் கட்ட, 50 நாட்கள் அவகாசம் உள்ளது. எவரும் பீதியடையத் தேவையில்லை.

உங்கள் பணம் உங்களுடையதே. அதைப் பற்றிக் கவலைப்பட வேண்டாம்.

டெபாசிட் செய்த பணத்தைத் தேவைப்படும் நேரம் எடுத்துக் கொள்ளலாம்.

புதிய நோட்டுகள் முதல் சில நாள்களுக்கு நாள் ஒன்றுக்கு அதிகபட்சமாக 10 ஆயிரமும், வாரத்துக்கு 25 ஆயிரமாகவும் வழங்கப்படும். போகப்போக இது அதிகரிக்கப்படும்.

மேற்சொன்னது தவிர, அவசரத் தேவைகளுக்காக நீங்கள் ஆதார் கார்டு, வாக்காளர் அட்டை, ரேஷன் கார்டு, பாஸ்போர்ட், பான் கார்டு ஆகிய ஏதாவது ஒன்றைக் காட்டி உங்களிடம் உள்ள 500 மற்றும் 1000 ரூபாய் நோட்டுகளை மாற்றிக்கொள்ளலாம்.

மேற்சொல்லப்பட்டிருக்கும் விதத்தில், நவம்பர் 10 முதல் நவம்பர் 24 வரை, நாள் ஒன்றுக்கு, நபர் ஒன்றுக்கு ரூபாய் 4000 வரை வழங்கப்படும். நவம்பர் 25 க்குப் பிறகு டிசம்பர் 31 -2016 வரையிலான நாட்களில் இந்தத் தொகையின் அளவு அதிகரிக்கப்படும்.

சிலரால் சில காரணங்களுக்காகத் தங்களிடம் இருக்கும் 500, 1000 ரூபாய் தாள்களை டிசம்பர் 31க்குள் டிபாசிட் செய்ய முடியாமல் போகலாம். அவர்கள் குறிப்பிட்ட ரிசர்வ் வங்கி அலுவலகங்களுக்குச் சென்று 'டிக்ளரேஷன்' படிவம் எழுதிக் கொடுத்து, தங்கள் வசமுள்ள செல்லாத 500 ரூபாய் 1,000 ரூபாய் தாள்களை மார்ச் 31 2017 வரை டெபாசிட் செய்யலாம்.

நவம்பர் 9ஆம் தேதியும் சில இடங்களில் 10-ஆம் தேதியும்கூட ஏடிஎம்கள் இயங்காது. முதல் சில நாள்களுக்கு டெபிட் அட்டை ஒன்றுக்கு ரூபாய் 2,000 மட்டுமே வழங்கப்படும். இது பின்பு ரூபாய் 4,000 ஆக உயர்த்தப்படும்.

500 மற்றும் 1,000 ரூபாய் தாள்கள் இன்று நள்ளிரவு முதல் செல்லாது. ஆனாலும் மனிதாபிமான அடிப்படையில், மக்களின் சிரமத்தைக் குறைக்கும் பொருட்டு, அடுத்த 72 மணி நேரங்களுக்கு, அதாவது நவம்பர் 15 நள்ளிரவு வரை அவற்றைப் பயன்படுத்த சிறப்பு ஏற்பாடுகள் செய்யப் பட்டுள்ளன. அந்தக் காலகட்டத்தில் அரசு மருத்துவமனைகள் 500 ரூபாய், 1,000 ரூபாய் தாள்களைப் பெற்றுக்கொள்ளும். இது உடல்நலக்குறைவால் அவதியுறும் மக்களுக்காக. அரசு மருந்த கங்களில் மருத்துவரின் பரிந்துரையுடன் (பிரிஸ்கிரிப்ஷன்) மருந்துகள் வாங்க இந்த நோட்டுகளைப் பயன்படுத்த அனுமதி உண்டு.

அதே போல ரயில், அரசுப் பேருந்துகள் மற்றும் விமான டிக்கெட்டுகள் வாங்க இந்த நோட்டுகள் செல்லும்.

அடுத்த 72 மணி நேரத்திற்கு :

- அரசின் பொதுத்துறை பெட்ரோல், டீசல், கேஸ் நிலையங்களில்,
- மத்திய மாநில அரசுகளின் கன்ஸ்யூமர் கோ-ஆப்பரேடிவ் ஸ்டோர்களில்
- மாநில அரசுகளின் பால் நிலையங்களில்
- மயானம், சுடுகாடுகள் ஆகியவற்றில்

500, 1000 ரூபாய் தாள்களைப் பயன்படுத்தலாம். இந்த இடங்களில் வாங்குபவர்கள் சரியான கணக்கு வைத்துக் கொள்ளவேண்டும்.

வெளிநாடுகளில் இருந்து விமானம் மூலம் வரும் பயணிகள் அதிகபட்சமாக ரூபாய் 5000 ரூபாய்க்கு பழைய நோட்டுகளை மாற்றி வேறு நோட்டுகள் பெற்றுக்கொள்ளலாம்.

வெளிநாடுகளில் இருந்து வரும் சுற்றுலாப் பயணிகள் ரூபாய் 5 ஆயிரம் வரை மாற்றிக்கொள்ளலாம்.

தனது உரையின் இறுதியில் அவர் சொன்னது இது. ஆம், பண மதிப்பு நீக்கத்தால் தாற்காலிகமாக சிரமங்கள் இருக்கும். ஆனால் நாட்டைச் சுத்தப்படுத்த கருப்புப் பணம், ஊழல் மற்றும் தீவிரவாதத்துக்கு எதிரான போராட்டத்தில் ஒவ்வொரு குடிமகனும் கலந்து கொள்வார்கள் என்று நம்புகிறேன் என்றார்.

'இந்த நடவடிக்கையில் ரகசியம் அவசியமாக இருப்பதால் இப்போதுதான் வங்கிகள் தபால் நிலையங்கள் ரயில் நிலையங்கள் மருத்துவமனைகள் ஆகியவற்றுக்கு தகவல் போகிறது. அனைவருக்கும் சிரமங்கள் இருக்கும். இந்த சவாலை சமாளிக்க நீங்கள் உதவ வேண்டும்'.

இறுதியாக :

'நாம் இந்தத் தாற்காலிக சிரமத்தை உதாசீனப்படுத்துவோம். நேர்மை, நியாயம் ஆகியவற்றை உயர்த்திப் பிடிப்போம். வருங்காலச் சந்ததியினர் கௌரவமாக வாழ வழி செய்வோம். ஊழலையும் கருப்புப் பணத்தையும் எதிர்த்துப் போராடுவோம். நாட்டின் செல்வம் ஏழைகளுக்கும் செல்ல உதவி செய்வோம். சட்டத்துக்கு மதிப்புக்குரிய பங்கு கிடைக்கச் செய்வோம். 125 கோடி மக்கள் தொகை கொண்ட நம் நாடு இதில் வெற்றி பெறும் என்ற நம்பிக்கை எனக்கு உண்டு.

நன்றி. ஏராளமான நன்றி.
நமஸ்காரம்.
பாரத மாதா கி ஜே'.

என்று தனது உரையை முடித்துக்கொண்டார். அவர் முடித்துக்கொண்டுவிட்டார். அதன் பிறகுதான் ஆரம்பமானது ரகளை.

3

அதிர்ச்சி மற்றும் வரவேற்பு

உத்தரப் பிரதேசத்தைச் சேர்ந்த வழக்கறிஞர், சங்கம் லால் பாண்டே மற்றும் தில்லியைச் சேர்ந்த வழக்கறிஞர் விவேக் நாராயண் சர்மா ஆகியோர் உச்ச நீதிமன்றத்தில் பொதுநல வழக்குத் தொடர்ந்தார்கள்.

திருமண நிகழ்ச்சியில் சிரமம், மருத்துவமனைகளில் சிரமம் என்று ஒரு வழக்கு. ரிசர்வ் வங்கியின் வாக்குறுதி மீறப்படுகிறது; பொது மக்களுக்கு சிரமம் என்று மற்றொரு வழக்கு.

மதுரை, ஹைதராபாத் என்று பல்வேறு உயர் நீதிமன்றங்களிலும் பலராலும் பொதுநல வழக்குகள் போடப்பட்டன.

மறுநாள் 9ம் தேதி அன்று பங்குச்சந்தை மிகப் பெருமளவில் சரிந்தது. மும்பை பங்குச் சந்தை குறியீட்டு எண் சென்செக்ஸ் 1,688 புள்ளிகள் வீழ்ந்தது. தேசியப் பங்குச்சந்தை குறியீட்டு எண் நிப்டி 541 புள்ளிகள் விழுந்தது. வீழ்ச்சி ஆறு சதவிகிதத்துக்குச் சற்று அதிகம். மார்க்கெட் காப்பிடலைசேஷன் 7 லட்சம் கோடி காணாமல் போனது. தங்கம், சவரன் ஒன்றுக்கு ரூ. 1456 விலை உயர்ந்தது. அமெரிக்க டாலருக்கு எதிராக இந்திய ரூபாய் மதிப்பு 30 காசுகள் அதிகரித்தது.

பண மதிப்பு நீக்க நடவடிக்கையால் ரியல் எஸ்டேட் சந்தை விழுந்தது. தெற்கு தில்லியில் சொரப்பூரில் பண்ணை வீடுகளின் விலை ஒரே இரவில் ஐந்து கோடி ரூபாய் வீழ்ச்சியடைந்தது.

கூகுளில் அதிகமானவர்கள் கருப்புப் பணத்தை வெள்ளை யாக்குவது எப்படி என்றே தேடியிருக்கிறார்கள். ஹரியானா மாநிலம் அதில் முதலிடம். குஜராத், டெல்லி மட்டும் உத்தரப் பிரதேசத்திலும் அதேபோல புதிய ரூபாய் நோட்டுகளின் அம்சங்கள் பற்றித் தேடியிருக்கிறார்கள்.

வங்கி ஏடிஎம் மற்றும் தபால் அலுவலகங்களில் மக்கள் நீண்ட வரிசையில் நின்று அவர்களில் சிலர் மயக்கம் போட்டு விழுந்து உயிரிழந்தார்கள்.

உடன், 'க்யூ அப் ஃபார் இந்தியா' (இந்தியாவுக்காக வரிசையில் நிற்போம்) என்ற கோஷங்களும் கேட்டன. இளைஞர்கள் வரிசையில் நின்று ஒத்துழைப்பதைப் பெருமையாகக் கொண்டாடினார்கள்.

இத்தோடு முடிந்தது கருப்புப்பணம். இது மாபெரும் நடவடிக்கை, எவரும் முயன்றிராத துணிச்சலான செயல் என்று பாராட்டினார்கள்.

இரவு 8.15 க்குத் தொடங்கிய உரையில் 500, 1000 தாள்கள் செல்லாது என்று அறிவிக்கிறார். மறுநாள் காலை ஆங்கில தினசரிகள் சிலவற்றில் முதல் பக்கத்தில் இணைய வழி வர்த்தகம் செய்யும் நிறுவனங்கள் பிரதமரை வாழ்த்தும் முழுப்பக்க விளம்பரங்கள் வெளிவந்தன.

பாரத ஸ்டேட் வங்கியின் தலைவர் அருந்ததி பட்டாச்சார்யா, ஐசிஐசிஐ வங்கி தலைவர் சந்தா கோச்சார், மகேந்திரா நிறுவனத் தலைவர் ஆனந்த் மகேந்திரா, ஜேஎஸ்டபிள்யூ குழும சதன் ஜிந்தால் உள்ளிட்ட பலரும் பாராட்டுகளை வழங்கினர். சர்வதேச நாடுகளில் இருந்தும்கூட, ஊழல் மீதான அடி என்று பாராட்டுகள் குவிந்தன.

ஆனால் எதிர்ப்புக் குரல்கள், ஆதரவுக் குரல்களைவிட அதிகமாக இருந்தன.

உச்ச நீதிமன்றம், இது குறி பார்த்து அடிக்கும் சர்ஜிக்கல் ஸ்டிரைக் அல்ல, (எல்லோரையும் தாக்கும்) கார்பெட் பாமிங் என்று இந்த நடவடிக்கையைக் குறிப்பிட்டது.

நவம்பர் 24 அன்று நாடாளுமன்றத்தில் பேசிய முன்னாள் பிரதமர் மன்மோகன் சிங், இது ஒழுங்கமைக்கப்பட்ட மற்றும் சட்டரீதியான கொள்ளை என்றார்.

இது இந்தியாவின் பொருளாதார வளர்ச்சியைப் பாதிக்கும் என்றார் உலக வங்கியின் முன்னாள் உதவித் தலைவரும் பொருளாதார வல்லுனருமான கவுசிக் பாசு.

பொருளாதாரத்தில் நோபல் பரிசு வாங்கிய அமர்த்தியா சென், இதைக் கொடுங்கோல் நடவடிக்கை என்று விமர்சித்தார்.

முன்பு 'தி கர்ஸ் ஆஃப் கேஷ்' என்று அமெரிக்காவில் ரொக்கப் பண மதிப்பு நீக்கம் பற்றி ஒரு புத்தகம் எழுதியிருந்த கென்னத் ராகாஃப், அவரது வலைப்பதிவில், 'வளர்ந்த நாடுகளுக்குத்தான் சரியாக வரும்' என்று எழுதினார்.

உலக வங்கியில் பொருளாதார வல்லுனராக இருந்த அருண் ஷோரி, இது கடந்த 70 ஆண்டுகளில் செய்த மிகப்பெரிய தவறு என்றார்.

பத்திரிகையாளர்களும் சில பொருளாதார நிபுணர்களும் இந்த நடவடிக்கையால் பொருளாதாரம் பாதிக்கப்படும் என்றார்கள்.

மம்தா பானர்ஜி, அரவிந்த் கெஜ்ரிவால் உள்பட பல மாநில முதல்வர்கள் எதிர்த்தார்கள். வெளிநாட்டுப் பத்திரிகைகளான நியூ யார்க் டைம்ஸ், தி கார்டியன், ஹார்வர்ட் பிசினஸ் ரிவ்யூ ஆகியவை இந்த நடவடிக்கையை விமர்சித்து எழுதின.

குறிப்பிடத்தக்க வகையில் வரவேற்றவர்களும் எதிர்த்தவர்களும் பின்வருமாறு.

- ராகுல்காந்தி. எதிர்ப்பு. 'மக்கள் பாதிக்கப்படுவார்கள்'
- மம்தா பானர்ஜி : எதிர்ப்பு
- பிகார் முதலமைச்சர் நிதீஷ் குமார்: வரவேற்பு
- மகாராஷ்டிரா முதலமைச்சர் தேவேந்திர பட்னாவிஸ் - 'வரலாற்றுச் சிறப்புமிக்க, துணிச்சலான முடிவு. கருப்புப்பணத்துக்கு முடிவு'.
- ஜார்கண்ட் முதல்வர் ரகுபர்தாஸ்: பாராட்டு.
- ஒடிசா முதல்வர் : பாராட்டு.
- அகிலேஷ் யாதவ் : குறை சொல்லவில்லை. சில ஆலோசனைகள் சொன்னார்.
- வெங்கையா நாயுடு : பாராட்டு
- மு.க.ஸ்டாலின் : 'பாராட்டத்தக்கது. முன்பே அறிவித்துவிட்டுச் செய்திருக்கலாம்'.

- வைகோ : பாராட்டு.
- கலைஞர் கருணாநிதி : வரவேற்பு. 'ஆனால் ஏழை எளியவர்கள் பாதிக்கப்படுவார்கள்.'
- அண்ணா ஹசாரே : பாராட்டு.
- அர்விந்த கெஜ்ரிவால் : கண்டனம்.
- பீட்டர் அல்போன்ஸ், காங்கிரஸ். 'மக்கள் பாதிக்கப் படுவார்கள்'.
- ரிசர்வ் வங்கியின் போர்ட் மெம்பர், எஸ். குருமூர்த்தி : 'போலி ரூபாய் தாள்கள்மீது விழுந்த அடி.'
- எகனாமிஸ்ட் பத்திரிகை : 'ரொக்கத்தை அழிக்காமல் மாற்றிக்கொடுக்கும் (கன்வர்ஷன்) ஏற்பாடு இது'.
- வாஷிங்டன் போஸ்ட் : 'நீண்ட வரிசைகளில் நின்றாலும், மக்கள் இந்த நடவடிக்கைக்குப் பாராட்டு தெரிவித்தார்கள்.
- சிங்கப்பூரைச் சேர்ந்த த இண்டிபெண்டென்ட் மோடியை இந்தியாவின் லீ க்வான் யூ என்று பாராடுகிறார்கள் என்று குறிப்பிட்டது.
- ஃபோர்ப்ஸ் பத்திரிக்கை பாராட்டியது
- குளோபல் டைஸ் என்ற சீனப் பத்திரிகை பண மதிப்பு நீக்கம் மட்டுமே போதாது. வேண்டுமானால் சீனாவிடம் யோசனைகள் கேட்கலாம் என்றது.

அறிவிப்பு வெளிவந்ததைத் தொடர்ந்து முதல் சில நாள்களுக்கு நாளிதழ்களில் வந்த செய்திகளின் தலைப்புகள்/ சுருக்கங்களைப் பார்த்தால் அன்றைய நிலை எப்படி இருந்தது என்பது ஓரளவு புரியும்.

முதல் நாள்: நவம்பர் 9, 2016. புதன்கிழமை

ஏடிஎம்களில் அலைமோதும் கூட்டம். 500 ரூபாய் வராது என்பதால் மக்கள் 400 ரூபாய்களாக எடுத்தார்கள்.

மொபைல் போன்கள் திக்குமுக்காடின.

பெட்ரோல் பங்குகளில் குழப்பம். பங்க்காரார்கள் 500, 1000 ரூபாய் தாள்களை வாங்க மறுத்தார்கள்.

நவம்பர் 11ஆம் தேதி வரை சுங்கச் சாவடிகளில் கட்டணம் (டோல்) ரத்து.

பொருளாதார விவகாரங்கள் செயலாளர் சக்திகாந்த தாஸ் மற்றும் ரிசர்வ் வங்கி கவர்னர் சுர்ஜித் படேல் இருவரும் செய்தியாளர் களைச் சந்தித்தார்கள். அவர்கள் தெரிவித்த விவரங்கள்.

- எல்லா வங்கிகளுக்கும் போதுமான அளவு 100 ரூபாய் நோட்டுகள் வழங்கப்பட்டிருக்கின்றன.
- புதிய 500 மற்றும் 1000 ரூபாய் நோட்டுகள் அறிமுகப்படுத்தப்படும்.
- வங்கிகளில் நடைபெறும் ரொக்கப் பரிமாற்றம் வீடியோ பதிவு செய்யப்படவேண்டும்.
- மும்பை ரிசர்வ் வங்கியில் கட்டுப்பாட்டு அறை திறக்கப்பட்டு இருக்கிறது. அதன் தொடர்பு எண்கள் : 022- 22602201 மற்றும் 022-22602944.
- இந்த நடவடிக்கைமூலம் கள்ளப் பணத்தையும் பயங்கரவாதிகள் பயன்படுத்தும் பணத்தையும் ஒழித்துவிட முடியும்.

வங்கி ஏடிஎம்களில் ஒரு கணக்குக்கு நாள் ஒன்றுக்கு அதிகபட்சமாக ரூ.2000 எடுக்கலாம். மேலும் அவரவர் வங்கி கணக்கில் இருந்து காசோலைமூலம் நாள் ஒன்றுக்கு அதிக பட்சமாக ரூ. 10000 வரை ரொக்கம் எடுக்கலாம்.

பழைய 500 மற்றும் 1,000 ரூபாய் தாள்களை வங்கிகளில் கொடுத்து மாற்ற வருமான வரி அட்டை அல்லது ஆதார் அட்டை அவசியம்.

நவம்பர் 10ம் தேதி முதல் 24ம் தேதி வரை அதிகபட்சம் நாள் ஒன்றுக்கு ரூ. 4,000 மாற்றிக்கொள்ளலாம்.

எவ்வளவு பணம் வேண்டுமானாலும் கட்டலாம்.

நவம்பர் 11 மற்றும் 12ம் தேதிகளில் 500, 1000 தாள்களை விமானப் பயண டிக்கெட் வாங்க, ரயில் டிக்கெட் வாங்க, அரசு பேருந்துகள், மருந்து கடைகளில் பயன்படுத்தலாம்.

சனி ஞாயிறு வங்கிகள் செயல்படும். ரிசர்வ் வங்கி புதிய நோட்டுக்கள் வர மூன்று அல்லது நான்கு வார காலம் ஆகும்.

நவம்பர் 10ம் தேதியிலிருந்து டிசம்பர் 30ம் தேதி வரை வங்கிகள், தபால் நிலையங்களில் டெபாசிட் பணம் பற்றிய விவரம் சேகரிக்கப்பட்டு, ரூபாய் இரண்டரை லட்சத்துக்கும் மேல் வரவு செலவு இருந்தால் இரு நூறு சதவிகிதம் அபராதம்.

வருமானத்திற்கு அதிகமாக பணம் டெபாசிட் செய்தால் 200 சதவிகிதம் அபராதம். வருவாய்த்துறை செயலாளர் அறிவிப்பு.

நகைகள் வாங்க வருமான வரிக் கணக்கு எண் அட்டை அவசியம்.

டெல்லி மற்றும் மும்பையில் நகைக்கடைகளில் வருமான வரித் துறை ரெய்டு. ஒரு நாளில் 50 லட்சம் வீழ்ச்சி. டெல்லி மற்றும் மும்பையில் நகைக்கடைகளில் வருமான வரித் துறையினர் சோதனை.

இரண்டாம் நாள்: நவம்பர் 10, 2016. வியாழக்கிழமை

அரசாங்கம் பணம் டெபாசிட் செய்கிறவர்களின் தகவல்களைச் சேகரிக்கும். ஐம்பதாயிரம் ரூபாய்க்கு மேல் மாற்றுபவர்கள் மற்றும் இரண்டரை லட்சம் ரூபாய்க்கு அதிகமாக டெபாசிட் செய்பவர்கள் பற்றிய தகவல்கள் சேகரிக்கப்படும்.

அதேபோல பழைய ரூபாய் நோட்டுகளை வங்கியில் கட்டாமல் தங்கள் வசமே வைத்திருந்தால் அதற்கும் நடவடிக்கை எடுக்கப் படும். இப்படி அறிவிக்கப்பட்டதற்கு மக்கள் பாராட்டு.

மக்கள் பெருமளவில் வங்கிகளுக்குப் போனார்கள். ஆனால் , பணம் எடுக்க முடியாமல் ஒவ்வொரு வங்கிக்காக ஓடினார்கள், இருசக்கர வாகனங்களில் அலைந்தார்கள்.

ஏடிஎம்களில் பணம் இல்லை.

பெரும்பாலான வங்கிகளின் கதவுகள் மூடப்பட்டன. வங்கி மேலாளர்கள் பாடு திண்டாட்டமானது. 100 ரூபாய் தாள்களுக்கு ஏகப்பட்ட கிராக்கி.

கடைகளில் 1000, 500 தாள்கள் வாங்க மறுப்பு.

1000, 500 தாள்கள் கொடுத்தால், முழுப் பணத்திற்கும் பொருள் வாங்க வேண்டும். மீதம் சில்லரை தர மாட்டார்கள். காரணம், அவர்களிடம் சில்லறை இல்லை.

டெபிட் கார்டுகள், கிரெடிட் கார்டுகளுக்குப் பிரச்னை இல்லை.

ரூபாய் நோட்டு மாற்றும் வேலை காரணமாக சனி, ஞாயிறு களிலும் வங்கிகள் வேலை செய்யும் என்று அறிவிக்கப்பட்டது.

டிசம்பர் 30 ஆம் தேதி வரை ஏடிஎம்மில் இருந்து எடுக்கும்

பணத்துக்குக் கட்டணங்கள் இல்லை.

புதிய இரண்டாயிரம் ரூபாய் நோட்டு பெற்றவர்கள் மகிழ்ச்சி.

ரூ.500, 1000 நோட்டு வாபஸ் பெறப்பட்டதற்கு எதிர்ப்புத் தெரிவித்து சீனி அகமது என்பவர் வழக்கு தொடர்ந்தார்.

இந்தியன் நேஷனல் லீகின் மாநிலப் பொதுச் செயலாளர், சீனி அகமது, மதுரை உயர்நீதிமன்றக் கிளையில் தொடர்ந்த வழக்கை தள்ளுபடி செய்த நீதிபதிகள், 'நாட்டின் முதன்மை குடிமகனான ஜனாதிபதியே இதனை வரவேற்றுள்ளார். நிதியமைச்சராக இருந்த அவருக்கு நிலைமை தெரியும். அரசின் நடவடிக்கை மூலம் இந்தியாவின் பாதுகாப்பு உறுதி செய்யப்படுகிறது. பயங்கரவாதச் செயல்களுக்குப் பெரிய நோட்டுகள்தான் பயன்படுத்துகின்றனர். இப்போது எடுக்கப்பட்ட நடவடிக்கை நாட்டின் பாதுகாப்புக்கும் வளர்ச்சிக்கும் உகந்தது. கருப்புப் பணம் புழங்குவதால் பொருளாதாரத்திற்கு பாதிப்பு ஏற்படுகிறது. இந்த முடிவால் மக்களுக்குச் சிரமம் ஏற்பட்டாலும், மொத்தத்தில் பாராட்டக் கூடியதுதான். நாட்டின் நலனுக்காகப் பல்வேறு தரப்பினரின் ஒத்துழைப்புடன் இது அமல்படுத்தப்பட்டுள்ளது. இந்தத் திட்டத்தில் சிரமங்கள் இருந்தாலும் நிரந்தர நலனை மனதில் கொண்டு ஏற்கவேண்டும்' எனக் கூறினார்கள்.

அபராதம் இல்லாமல் மின் கட்டணம் செலுத்த ஒருவார காலம் நீட்டிப்பு.

ஒரேயொரு ஆயிரம் ரூபாய் நோட்டு தயாரிக்க இந்தியாவிற்கு 29 ரூபாய் செலவாகிறது. அதேபோல் பாகிஸ்தான் 30 ரூபாய் செலவு செய்து நம் நோட்டுகளைத் தயாரிக்கிறது. 2010ல் மட்டும் இந்தியாவுக்குள் வந்த போலி நோட்டுகளின் மதிப்பு ரூபாய் 1,600 கோடி என்கிறது இந்திய உளவுத்துறை.

சட்ட விரோதமாக இதை 350 ரூபாய் 400 ரூபாய்க்கு விற்பனை செய்கிறது பாகிஸ்தான். ஆண்டுக்கு 500 கோடி ரூபாய் வருவாய் பார்க்கிறது. நவம்பர் 8 இரவு அறிவிப்பு மூலம் போலி நோட்டுகள் ஒழியும்.

ஜப்பான் புறப்பட்டார் பிரதமர். ஒரு நாள் அரசு முறை பயணம். இரு நாடுகளுக்கு இடையே அணுசக்தி ஒப்பந்தம் கையெழுத்து. 10ம் தேதி முதல் 12ம் தேதி வரை வருடாந்திரக் கூட்டத்தில்

ஜப்பான் மன்னர் அகிடோவைச் சந்திக்கிறார். புரிந்துணர்வு ஒப்பந்தங்கள் கையெழுத்திடுகிறார்.

500, 1000 ரூபாய் நோட்டுகள் மாற்ற மக்கள் வங்கிகளுக்கு முன்பு குவிந்தனர்.

நீண்ட வரிசைகள். போலீசார் ஒழுங்குபடுத்துகிறார்கள். கூடுதல் கவுண்டர்கள் திறக்கப்பட்டு மக்கள் படிவங்களை நிரப்பி, அவர்களது அடையாள அட்டையைக் காட்டி, அதன் நகல் கொடுத்து, 500, 100 நோட்டுகளை மாற்றிக்கொள்கிறார்கள்.

சங்கம் லால் பாண்டேவும் மற்றொருவரும், 'அரசு நடவடிக்கை பாதிப்பை ஏற்படுத்துகிறது. கூடுதல் அவகாசம் வேண்டும்' என்று பொதுநல வழக்கு போடுகிறார்கள்.

அதற்கு மத்திய அரசு, 'உடனே எந்த உத்தரவும் பிறப்பிக்க வேண்டாம். எங்கள், மத்திய அரசின் கருத்தையும் கேளுங்கள்' என்று உச்ச நீதிமன்றத்தில் கேவியட் மனு சமர்ப்பிக்கிறது.

வழக்கு செவ்வாய் கிழமைக்கு ஒத்திவைப்பு.

மதுரை உயர் நீதிமன்றத்தில் ஒரு எதிர் வழக்கு. மத்திய அரசின் நடவடிக்கைக்கு நீதிபதி பாராட்டு. நாட்டின் முதல் குடிமகனே இதை வரவேற்றுள்ளார்.

மூன்றாம் நாள்: நவம்பர் 11, 2016. வெள்ளிக்கிழமை

வங்கிகளில் தள்ளுமுள்ளு. காலை 7 மணி முதலே மக்கள் படை எடுப்பு. வங்கிகளின் வாசல்களில் திருவிழா கூட்டம் போல மக்கள் குவிகிறார்கள்.

வங்கிகளில் மற்ற எல்லாச் சேவைகளும் நிறுத்தி வைப்பு. பழைய நோட்டுகளை வங்கியில் டெபாசிட் செய்வது மட்டுமே ஒரே வேலை. ஒருவர் ரூ. 4000 வரை மாற்றலாம் என்றாலும் சில வங்கிக் கிளைகளில் 2000 தான் கொடுத்தார்கள்.

சில வங்கிகளில் அடையாள அட்டை நகல் கேட்கிறார்கள். பாரத ஸ்டேட் வங்கி ஒரிஜினல் காட்டினால் போதும் என்கிறது. ஏடிஎம்கள் திறக்கப்பட்டன. 18ம் தேதி வரை ஆளுக்கு இரண்டு ஆயிரம் ரூபாய் மட்டுமே வரும். பின்பு 4,000.

நகராட்சி, உள்ளாட்சி அமைப்புகளும் செலுத்த வேண்டிய கட்டணம் முதலியவற்றை இன்று இரவு 12 மணி வரை பழைய நோட்டுகளை வைத்துக் கட்டலாம் என்ற அறிவிப்பு.

உத்தரப் பிரதேச மாநிலத்தில் கட்டுக்கட்டாக 500 மற்றும் 1,000 ரூபாய் நோட்டுகள் எரிப்பு. மாட்டிக்கொண்டுவிடுவோம் என்ற அச்சமா அல்லது நடவடிக்கைக்கு எதிர்ப்பா என்று தெரியவில்லை என்கிறார்கள்.

மகாராஷ்டிரா மாநிலம் புனேயில், சட்டக் கல்லூரி சாலையில் குப்பை தொட்டியில் ஒரு பிளாஸ்டிக் பையில் 52 ஆயிரம் ரூபாய் மதிப்புள்ள ஆயிரம் ரூபாய் தாள்கள் கண்டெடுக்கப்பட்டன.

பழைய 500 மற்றும் 1000 ரூபாய் நோட்டுகளுக்குப் பதிலாக ஒரே நாளில், ரூபாய் 480 கோடிக்கு புதிய நோட்டுகள் விநியோகம்; ரிசர்வ் வங்கியில் இருந்து தமிழ்நாட்டுக்கு 270 பெட்டிகளில் 20 கோடி ரூபாய் ஒரு பெட்டி வீதம் ரூபாய் ஆயிரத்து 540 கோடி வந்துள்ளது. அதில் 480 கோடி ரூபாய் வங்கிகள் மற்றும் தபால் நிலையங்கள் மூலமாக விநியோகம் செய்யப்பட்டுவிட்டது என்று ரிசர்வ் வங்கியின் தென் பிராந்திய இயக்குநர் சதக்கத்துல்லாஹ் சென்னையில் தகவல்.

தபால் நிலையங்களில் ஆயிரம் ரூபாய் வரைக்கும் பத்து ரூபாய் தாள்கள் கொடுத்தார்கள்.

ஆனால் தபால் நிலையங்களில் பலருக்கும் கணக்கு இல்லாததால், அவர்களால் தபால் நிலையங்களில் கைவசம் இருந்த செல்லாத தாள்களை டெபாசிட் செய்ய முடியவில்லை கணக்கு திறக்கலாம் என்றார்கள். பணத்தை மாற்ற 6 கவுண்டர்கள். பணத்தைக் கொடுக்க 4 கவுண்டர்கள்.

அண்ணா சாலை வட்டார தலைமை அலுவலகத்தில் கேட்டால், வண்டி ரிசர்வ் வங்கிக்குப் போயிருக்கிறது. பணம் வந்தால் கொடுப்போம் என்றார்கள்.

‘கருப்புப் பணத்துக்கு எதிராக மோடி அரசு எடுத்த மிகப்பெரிய முடிவு இது. முலாயம் சிங், மாயாவதி, ராகுல் காந்தி ஆகியோருக்கு ஏன் அதிருப்தி? உங்களுக்கு என்ன பிரச்னை? நீங்கள் ஊழல்வாதிகளா?’ என்று பாஜகவின் அமித் ஷா கேள்வி.

நவம்பர் 14ஆம் தேதி வரை சுங்கச்சாவடிகளில் கட்டணம் கிடையாது என்று அறிவிப்பு.

நவம்பர் 14ஆம் தேதி வரை அத்தியாவசியத் தேவைகளான குடிநீர் வரி, மின் கட்டணம், பொதுப் போக்குவரத்து, அரசு அலுவலகங்கள், தபால் நிலையங்கள் ஆகிய இடங்களில் பழைய

500 மற்றும் 1000 ரூபாய் நோட்டுகளைப் பயன்படுத்தலாம். இதில், முன்கூட்டியே கட்டும் அட்வான்ஸ் பேமெண்டுக்கு மட்டும் அனுமதி கிடையாது.

வழக்கமாக 2 ஆயிரம் டிக்கெட்டுகள் மட்டுமே பதிவாகும் உயர் வகுப்பு டிக்கெட்டுகள் 9 நவம்பர் அன்று மட்டும் 27 ஆயிரம் டிக்கெட்டுகள் பதிவாகின்றன. பழைய நோட்டுகளைப் பயன்படுத்தி இப்போது ரயில்வே டிக்கெட்டுகள் புக்கிங் செய்துவிட்டு, பின்னால் அவற்றை கேன்சல் செய்து கொள்ளலாம். கேன்சல் செய்ததற்கு ரீபண்டாக புதிய நோட்டுக்கள் கிடைக்கும் என்று ஒரு சிலர் முயற்சிக்கிறார்கள் என்று இந்திய ரயில்வேயின் பிஆர்ஓ அனில் குமார் சக்சேனா கூறுகிறார்.

அதனால் 9, 10, 11 தேதிகளில் பதிவு செய்த டிக்கெட்டுகளை கேன்சல் செய்தால் அதற்கு ரொக்கம் கொடுக்கமுடியாது. வங்கிக் கணக்கு மூலமாக மட்டுமே ரீஃபண்ட் கொடுக்க முடிவு எடுக்கப்பட்டுள்ளது என்றார்.

சென்னையில் 8 இடங்களில் வருமான வரி சோதனை.

ஹவாலா பேர்வழிகள் கமிஷன் அடிப்படையில் பழைய நோட்டுகளுக்கு புதிய நோட்டுகள் மாற்றித் தருவதாக தகவல். அதேபோல் சிலர் தங்கம் வாங்கிக் குவிக்கிறார்கள்.

நான்காம் நாள்: நவம்பர் 12, 2016. சனிக் கிழமை

திருப்பரங்குன்றம், அரவக்குறிச்சி, தஞ்சாவூர் தொகுதிகளில் இடைத் தேர்தல் அறிவிக்கப்பட்டிருக்கிறது. அதனால் அரசுத்துறை நிறுவனங்கள், ஐம்பது மற்றும் நூறு ரூபாய்த் தாள்களை அதிமுக கட்சிக்கு வாங்கிக் கொடுப்பதாக புகார்.

அரசுப் பேருந்துகளில் டிக்கெட் மூலம் தமிழகம் முழுவதும் நாள் ஒன்றுக்கு 20 கோடி ரூபாய் வசூல் ஆகிறது. அதில் கிடைக்கும் 50, 100 ரூபாய் நோட்டுகள் அதிமுகவுக்குக் கொடுக்கப்படுகின்றன என்று மற்றொரு புகார்.

பாரத ஸ்டேட் வங்கியில் மட்டும் இரண்டு நாள்களில் 53 ஆயிரம் கோடி ரூபாய் டெபாசிட் செய்யப்பட்டு இருக்கிறது.

பத்தாம் தேதி அன்று மட்டும் 31 ஆயிரம் கோடி ரூபாய்.

15ஆம் தேதி மதியம் வரை 22,000 கோடி ரூபாய் பழைய நோட்டுகள். மற்ற வங்கிகளில் டெபாசிட் செய்யப்பட்டதையும்

சேர்த்தால் இது சில லட்சங்களைத் தொடும்.

ரூ. 4,000 மாற்ற வரிசையில் காத்திருப்போர் 40 நிமிடம் வரை நின்றார்கள். இந்த நடவடிக்கையால் பணக்காரர்கள் பாதிக்கப்படவில்லை. எந்த முதலாளியும் வரிசையில் நிற்கவில்லை என்று சிலர் கருத்துத் தெரிவித்தனர்.

ரிசர்வ் வங்கியின் விதி தளர்த்தப்பட்டது

2016 டிசம்பர் 22. 5000 ரூபாய்க்கு மேல் பணமதிப்பு நீக்கப்பட்ட தாள்களை வங்கியில் கட்டுபவர்கள் ஏன் அந்தப் பணத்தை முன்பே வங்கியில் கட்டவில்லை என்பதற்கான காரணத்தை வங்கி அதிகாரியிடம் தெரிவித்து அவர் அனுமதியுடன்தான் கட்டவேண்டும் என்ற ரிசர்வ் வங்கி விதி தளர்த்தப்பட்டது. இன்னார் என்பதை அத்தாட்சிகளுடன் ஒருவர் காண்பித்திருந்தால் அவர் கணக்கில் எவ்வளவு தாள்களையும் எவ்வளவு தொகைக்கும் கட்டலாம் என்று ரிசர்வ் வங்கியின் வலைத்தளத்தில் தெரிவிக்கப் பட்டிருந்தது.

4

நடந்தது

2016 பண மதிப்பு நீக்க நடவடிக்கையின்போது ஏடிஎம்கள் உண்டாக்கிய சிரமங்கள், குழப்பங்கள் பின்வருமாறு.

நவம்பர் 8 அன்று பேசிய பிரதமர், நாளையும் சில இடங்களில் மறுநாளும் ஏடிஎம்கள் இயங்காது என்றார்.

அப்படி முடிவெடுக்கப்பட்டதற்குக் காரணம், அன்றைய தேதியில் அந்த மிஷின்களுக்குள் பழைய 500 மற்றும் 1000 ரூபாய் தாள்கள் இருந்தன. அவற்றை எடுத்துவிட்டு, வேறு தாள்கள் வைக்க வேண்டும். அந்த வேலையை இனிதான் செய்யவேண்டும். அதற்குத்தான் இரண்டுநாள் அவகாசம்.

11ம் தேதி வெள்ளிக்கிழமை அன்று ஓரளவு ஏடிஎம்கள் இயங்கின. ஆனால், அத்தனை ஏடிஎம்கள் சுற்றியும் மக்கள் கூட்டம் கூட்டமாக மொய்த்தார்கள். அதனால் குழப்பம் ஏற்பட்டது.

சில ஏடிஎம்கள் வேலை செய்தன. சில செய்யவில்லை. வேலை செய்த சிலவும் சீக்கிரமே பணம் இல்லாத காரணத்தால் நின்று போயின.

தில்லியில் ராப்பிட் ஆக்‌ஷன் ஃபோர்ஸ் போன்ற போலீஸ்காரர்கள் வந்து கூட்டத்தைக் கட்டுப்படுத்த வேண்டியிருந்தது. பல இடங்களிலும் தள்ளு முள்ளு.

ஏடிஎம்களில் என்ன பிரச்னை?

பண மதிப்பு நீக்க நடவடிக்கையின்போது, செல்லக்கூடிய தாள்களை மக்களிடம் கொண்டு சேர்ப்பதில் ஏடிஎம் மிஷின்களின் பங்கு மிக முக்கியமானது.

அதுவரை புழக்கத்தில் இருந்த 500 மற்றும் 1000 ரூபாய்த் தாள்கள் செல்லாது என்றானதும், அந்த இயந்திரங்களில் உடனடியாகச் செய்யவேண்டிய வேலைகள் இருந்தன. அந்த வேலைகளை நான்கு பகுதிகளாகப் பிரிக்கலாம்.

முதலாவது அந்த இயந்திரங்களின் உள்ளே இருந்த 500 மற்றும் 1000 ரூபாய் தாள்களை வெளியே எடுக்கவேண்டும். இரண்டாவது வேலை, அரசு வெளியிட இருந்த செல்லக்கூடிய புதிய ரூபாய் தாள்களை வைப்பதற்கு ஏற்ப, இயந்திரத்தின் உள்ளே இருக்கும் கேசட்டுகளை மாற்றவேண்டும். மூன்றாவதாக, ஏடிஎம் மிஷின் செயல்படும் புரோகிராமில் மாறுதல் செய்யவேண்டும்.

நான்காவதாக அதன்பின் மக்களுக்கு வழங்கவேண்டிய விதத்தில் புதிய மற்றும் 100 ரூபாய் தாள்களை உள்ளே வைக்கவேண்டும். இவற்றையெல்லாம் செய்து முடித்தபின்தான் பொது மக்களை அதைப் பயன்படுத்த அனுமதிக்கமுடியும்.

8ம் தேதி இரவு 500 மற்றும் 1,000 ரூபாய் தாள்கள் செல்லாது என்று அறிவித்துவிட்டு, 9 மற்றும் 10 ஆகிய இரண்டு நாட்கள் கழித்து ஏடிஎம்கள் திறக்கப்படும் என்றது ரிசர்வ் வங்கி. அந்த நான்கு வேலைகளையும் செய்ய, புதன், வியாழன் இரண்டு நாட்கள் போதுமானதாக இல்லை. அதுதான் காரணம்.

2007ம் ஆண்டில் 27,000 என்றிருந்த ஏடிஎம்களின் எண்ணிக்கை, ரிசர்வ் பாங்க் ஆஃப் இந்தியாவின் புள்ளிவிவரப்படி, ஏப்ரல் 2016ல் மொத்தம் 2 லட்சம் ஏடிஎம்கள் ஆகிவிட்டன. அதுவே நவம்பர் மாதம் 2.2 லட்சம் ஆக அதிகரித்திருக்கிறது. அத்தனை மிஷின்களிலும் இரண்டு நாட்களில் நான்கு வேலைகளையும் செய்து முடிக்கவேண்டும்.

பழைய தாள்களை வெளியேற்றுதல்

நவம்பர் 10ம் தேதி வரை 50 முதல் 65% ஏடிஎம் மிஷின்களில்தான் உள்ளிருக்கும் 500 மற்றும் 1000 நோட்டுகளை வெளியேற்ற முடிந்திருக்கிறது.

மீதமிருக்கும் 30, 35 சதவிகித ஏடிஎம்களில் பழைய நோட்டுகள் வெளியே எடுக்கப்படாமல் அப்படியே உள்ளே இருந்தன. அதனால், அந்த ஏடிஎம்களை ரிசர்வ் வங்கி அறிவித்திருந்தது போல வெள்ளிக்கிழமை அன்று பயனாளர்களுக்கு திறக்கமுடிய வில்லை. உள்ளிருக்கும் நோட்டுகளை வெளியேற்ற மேலும் இரண்டு நாட்கள் தேவை என்பதாக இருந்தது நிலை.

புதிய அல்லது வேறு ரூபாய் தாள்களை வைத்தல்

இந்தியாவில் இருக்கும் 2.2 லட்சம் ஏடிஎம்களில் ஏறக்குறைய பாதி அளவு மிஷின்கள் எம்சிஆர் கார்ப்பரேஷன் என்ற நிறுவனத்திற்குச் சொந்தமானது. அதை சென்னைக்கு வெளியே இருக்கும் தொழிலகத்தில் உற்பத்தி செய்கிறார்கள். மற்ற ஏடிஎம் மிஷின்களெல்லாம் பல சிறிய கம்பெனிகளுக்குச் சொந்தமானது. அவை, அமெரிக்காவைச் சேர்ந்த டைபோல்ட் கார்ப்பரேஷன் மற்றும் ஜெர்மனியைச் சேர்ந்த இன்கார்பரேட்டட் வின்சிர் நிக்ஸ்டார்ப் நிறுவனங்கள் சப்ளை செய்தவை.

இந்தியாவில் இருக்கும் பெரும்பாலான ஏடிஎம்களில் ரூபாய் நோட்டுகள் வைக்க நான்கு கேசட்டுகள் இருக்கும். அவை ஒவ்வொன்றும் ஒரு குறிப்பிட்ட அளவில் இருக்கும் ரூபாய் நோட்டுகளை வைக்கக்கூடிய விதத்தில்தான் வடிவமைக்கப் பட்டிருக்கும். அதனால், அவற்றில் குறிப்பிட்ட டினாமினேஷன் நோட்டுகளைத்தான் வைக்கமுடியும். மாற்றிவைக்க முடியாது.

நம் நாட்டில் இருக்கும் ஏடிஎம் மிஷின்களில் ஆயிரம் ரூபாய் தாள்களுக்கு ஒரு கேசட். 500 ரூபாய் தாள்களுக்கு ஒன்று. நூறு ரூபாய் தாள்களுக்கு மட்டும் இரண்டு கேசட்டுகள் என்றுதான் வடிவமைக்கப்பட்டிருந்தன.

ஒன்றின் கேசட்டில் வேறு ஒரு தாளை வைக்க முடியாது. முந்தைய ஆயிரம் ரூபாய் தாளின் அளவு 177 x 73 எம்.எம். (மில்லி மீட்டர்) 500 ரூபாய் தாளின் அளவு 167 x 73 எம்.எம். நூறு ரூபாய் தாளின் அளவு 157 x 73. புதிய இரண்டாயிரம் ரூபாய் நோட்டுகளின் அளவு, 166 x 66 எம்.எம்.

முதலில் 500 மற்றும் 1000 ரூபாய் தாள்களின் கேசட்டுகளில் மாற்றம் செய்து, அதில் 50 மற்றும் 100 ரூபாய்களை வைக்க ஏற்பாடு செய்யவேண்டும். மாற்றங்கள் செய்துவிட்டு, அது சரியாக வேலை செய்கிறதா என்று சோதிக்கவேண்டும். பின்னர் 2,000 ரூபாய் வந்ததும் அதற்கு ஏற்ப மீண்டும் மாறுதல்கள்

செய்யவேண்டும். புதிய ரூ.500 வந்ததும் மீண்டும் இன்னொரு மாறுதல்.

இவற்றையெல்லாம் வங்கி அதிகாரிகள் செய்யமுடியாது. இந்த ஏடிஎம் மிஷின்களில் மாறுதல்கள் செய்ய, பல்வேறு தனியார் நிறுவனங்கள் இருக்கின்றன. உதாரணத்துக்கு ஃபினான்ஷியல் சாஃப்ட்வேர் சிஸ்டமஸ் என்று ஒரு நிறுவனம். அவர்கள் கிட்டத்தட்ட 30 ஆயிரம் ஏடிஎம்களுக்கு இப்படிப்பட்ட சேவைகள் வழங்கி வருகிறார்கள்.

புரோகிராம்களில் மாறுதல் செய்தல்

கேசட்டுகளை மாற்றியமைத்தால் போதாது. சரியான தாள்கள் வெளிவரும் அளவுக்கு புரோகிராமை மாற்றவேண்டும். அது அவ்வளவு சீக்கிரம் செய்யக்கூடிய வேலை அல்ல. அதற்கு குறைந்தபட்சம் நான்கு நாட்களாவது தேவைப்படும் என்றார்கள். இவையெல்லாம் நகர்புறங்களுக்கு. கிராமப்புற ஏடிஎம்களுக்கு மேலும் சில நாட்கள் கூடுதலாகத் தேவைப்படலாம்.

ஏடிஎம் புரோகிராம்களில் மாற்றம் செய்ய மெஷின்கள் சப்ளை செய்த அத்தனை சர்வீஸ் புரொவைடர்களாலும் உடனடியாக கிளம்பி வரமுடியாது. அதனால், மற்றவர்கள் கொடுத்த இயந்திரங் களையும் இந்தியாவில் இருக்கும் அவற்றை சப்ளை செய்யாத ஒரு நிறுவனமே சோதித்து சரி செய்ய வேண்டியிருந்தது.

ஒரு ஏடிஎம் இயந்திரத்தைப் புதிய தாள்கள் கொடுக்கும் விதத்தில் மாற்றியமைக்க (கான்ஃபிகர் செய்ய) ஏடிஎம் இருக்கும் இடத்திற்கு நேரடியாக மூன்று நபர்கள் செல்லவேண்டும். தலைமை இடம் போன்ற ஒரு பொது இடத்தில் இருந்து, எல்லா மிஷின்களையும் ஒரே புரோகிராமால் மாற்றங்கள் செய்ய முடியாது.

சர்வீஸ் புரொவைடர்கள் சில ஏடிஎம்களைச் சென்றடைய 100 கிலோ மீட்டர் தூரம் போக வேண்டியிருந்தது. தூரம் காரணமாக ஒரு எஞ்சினியரால் ஒரு நாளைக்கு 2 அல்லது 3 ஏடிஎம் மிஷின்களை மட்டுமே மாற்றியமைக்கமுடியும்.

இருக்கிற 2,20,000 இடங்களுக்கு 10,000 எஞ்சினியர்கள் இருந்தால்தான் பத்து நாளில் இந்த வேலையை முடிக்கமுடியும். அப்போதிருந்த இதற்கான எஞ்சினியர்களின் எண்ணிக்கை 3,000 தான்.

அடுத்த சிக்கல் ஏடிஎம் மிஷின்களில் பணத்தை லோட் செய்வது. இது மிக முக்கியமான வேலை. பாதுகாப்பாகவும் கவனமாகவும் செய்யவேண்டும்.

இந்துஸ்தான் டைம்ஸ் தகவலன்படி இந்தியாவில் இருக்கும் 2.2 லட்சம் ஏடிஎம் மெஷின்களைப் பராமரிக்க, அதில் பணத்தை வைக்க, 35 ஆயிரம் பயிற்சி பெற்ற நபர்களும் 8,800 செக்யூரிட்டி வண்டிகளும்தான் இருக்கின்றன. மொத்தம் ஏழு லாஜிஸ்டிக்ஸ் மேனேஜ்மென்ட் நிறுவனங்கள் அந்த வேலையைச் செய்து கொண்டிருந்தன.

ஏடிஎம்கள் திறக்கப்பட்ட முதல் சில நாட்களுக்கு 2,000 ரூபாய் தாள் வெளிவரவில்லை. அச்சிடவேயில்லை. புதிய 500 ரூபாய் தாள் வருவதற்கும் மேலும் தாமதமானது. அதுவரை ஏடிஎம்களை அணுகும் மக்களுக்குச் செல்லக்கூடிய வேறு ரூபாய் தாள்கள் வழங்கியாகவேண்டும்.

அவர்களுக்கு மெஷின்கள் கொடுக்கக்கூடியது 100 ரூபாய் தாள்கள் மட்டுமே. அதனால் இருக்கிற 4 கேசட்டுகளிலும் 100 ரூபாய் வைக்குமாறு ஏற்பாடு செய்தார்கள். ஒரு கேசட்டில் 2000 முதல் 2,500 எண்ணிக்கையிலான தாள்கள்தான் பிடிக்கும். அதனால் வைத்த சிலமணி நேரங்களிலேயே பணம் தீர்ந்துபோனது. இதனால் ஒரு நாளைக்கு சில மணி நேரங்கள் மட்டுமே ஏடிஎம்கள் வேலை செய்யும் நிலைமை ஏற்பட்டது.

அதன் பிறகு அவற்றை மீண்டும் மாற்றி அமைத்து 2,000 ரூபாய் மற்றும் பழைய 50 ரூபாய் நோட்டுகளை வைக்க ஏற்பாடு மேற்கொள்ளப்பட்டது. அதன்பின் 100, புதிய 500 மற்றும் 2000 ரூபாய் தாள்கள் வைக்க ஏற்பாடு செய்ய வேண்டியிருந்தது.

ஆக மொத்தம், பல ஏடிஎம்களில் புதிய நோட்டுகள் கிடைக்கவில்லை. வங்கிகளில் மட்டுமே செல்லக்கூடிய தாள்கள் பெறமுடியும் என்கிற நிலை.

பிரச்னைகளை ஒப்புக்கொண்ட நிதியமைச்சர் அருண் ஜேட்லி, ஏடிஎம்களை முன்கூட்டியே புதிய தாள்கள் வழங்கும் விதம் மாற்றியமைக்க முடியாததால்தான் பிரச்னை. அதை முன்கூட்டியே செய்திருந்தால் பலருக்கும் இந்த நடவடிக்கை குறித்து தெரிய வந்திருக்கும்.ரகசியம் காக்கப்பட்டு இருக்காது. புதிய தாள்கள்களை வைக்க ஏற்பாடுகளை விரைவாகச் செய்து

வருகிறோம். செய்து முடிக்க இரண்டு அல்லது மூன்று வாரங்கள் ஆகலாம் என்றார்.

நான்கு நாட்களில் 50 ஆயிரம் கோடி

நிதி அமைச்சகம் அளித்த தகவல்படி முதல் 4 நாட்களில் 10ம் தேதி முதல் 13ம் தேதி வரை, 100 மற்றும் 2000 ரூபாய் தாள்களாக மொத்தம் 50000 கோடி ரூபாய் ரொக்கம் மக்களுக்கு வங்கிகள் மற்றும் ஏடிஎம்கள் மூலம் வழங்கப்பட்டிருக்கின்றன.

இதற்கு மொத்தம் 18 கோடி பறிமாற்றம் - கொடுக்கல் வாங்கல் - தேவைப்பட்டிருக்கிறது.

அறிவிப்புகள்

பொருளாதார விவகாரங்கள் துறை

நிதியமைச்சகத்தின் பொருளாதார விவகாரங்கள் துறை நவம்பர் 8ம் தேதிக்குப் பிறகு நிலைமை சீரான நேரம் வரையிலான சூழலைத் தொடர்ந்து கண்காணித்து, வங்கிகளுக்கு சில நிலை ஆணைகள் கொடுத்துக் கொண்டிருந்தார்கள். அவற்றில் சில ரிசர்வ் வங்கியின் அறிவிப்புகளுக்கு மாறாகவும் மாற்றாகவும் இருந்தது.

பொருளாதார விவகாரங்கள் துறையின் முதல் நிலையாணை, மக்கள் பணத்தை டெபாசிட் செய்வதற்கும் செல்லாத நோட்டு களை மாற்றிக் கொள்வதற்கும் என்ன அளவு என்றும் ஒரு நாளைக்கு எவ்வளவு எடுக்கலாம் என்பது பற்றியும் தெரிவித்தது.

இரண்டாவது நிலையாணை, எந்தெந்த இடங்களில் பணமதிப்பு நீக்கம் செய்யப்பட்ட ரூபாய்த் தாள்களைப் பயன்படுத்தலாம் என்று அறிவித்தது.

நவம்பர் 8ம் தேதி, அந்தப் பட்டியலில் 500 மற்றும் 1,000 ரூபாய்த் தாள்களைப் பயன்படுத்தக்கூடிய இடங்களாக மொத்தம் 8 இடங்கள் தெரிவிக்கப்பட்டிருந்தன. ஆனால், அதுவே டிசம்பர் 30ம் தேதியன்று 20 விதமான பரிவர்த்தனைகளுக்கு நீட்டிக்கப் பட்டது.

ஆரம்பத்தில் முதல் இரண்டு நாட்களுக்கு அந்தத் தாள்களைப் பயன்படுத்தலாம் என்று அறிவித்துவிட்டு, பின்னால் நவம்பர் 24 வரை என்று சொல்லி, அதன் பிறகு டிசம்பர் 15 வரை நீட்டித்தார்கள்.

பலரும் இந்த வாய்ப்பைப் பயன்படுத்தி தங்களிடமிருக்கும் செல்லாத நோட்டுகளை பெட்ரோல் பங்குகளில் கொடுத்து வெள்ளையாக மாற்றுகிறார்கள் என்று பேசப்பட்டதால், டிசம்பர் 15 வரை என்பதை உடனடியாக டிசம்பர் 3 வரை என்று மாற்றி அறிவித்தார்கள்.

மூன்றாவது நிலையாணை, அதேபோல ஒரு நாளைக்கு எவ்வளவு ரூபாய் கொடுத்து மாற்றிக் கொள்ளலாம் என்கிற தொகையின் உச்சவரம்பை தொடக்கத்தில் 4,000 என்றும் பின்னர் 4,500 என்றும் அதன் பிறகு அதையே 2,000 தான் என்றும் மாற்றியது.

ரிசர்வ் வங்கி செய்த அறிவிப்புகள்

ரிசர்வ் வங்கி ஏகப்பட்ட அறிவிப்புகளைச் செய்தது. அதனால் வட நாட்டில் சிலர் ரிசர்வ் வங்கி என்பதற்கு பதிலாக 'ரிவர்ஸ் வங்கி' என்று சமூக வலைதளங்களில் எழுதியதாகச் சொல்லப்படுகிறது. ஆனால் பெரும்பலோர், ரிசர்வ் வங்கியின் செயல்பாடு நன்றாகவே இருந்தது என்றார்கள். நிலைமையைக் கண்காணித்து அவ்வப்போது செய்யவேண்டியவற்றைத் துரிதமாகச் செய்தார்கள். புதிய அறிவிப்புகளைச் செய்துகொண்டே இருந்தார்கள். மாற்றங்கள் குறித்து அறிவிப்புகள் கொடுத்துக்கொண்டே இருந்தார்கள்.

நவம்பர் 8 ம் தேதி முதல் டிசம்பர் 30 ஆம் தேதி வரையிலான காலத்தில் ரிசர்வ் வங்கி மொத்தம் 63 அறிவிப்புகள் (நோட்டிபிகேஷன்ஸ்) கொடுத்தது.

மேலும், ஜனவரி 1 முதல் மார்ச் 30, 2017 வரை மேலும் ஐந்து அறிவிப்புகளைக் கொடுத்தது.

தேதி வாரியாக ரிசர்வ் வங்கி அறிவித்த சில முக்கிய மாற்றங்கள்:

8 நவம்பர்

பழைய தாள்களுக்கு ஓவர் தி கவுண்டர் (ஓடிசி) முறையில் கணக்கு இருந்தாலும் இல்லாவிட்டாலும் அதைப் பற்றிக் கேட்காமல், நாள் ஒன்றுக்கு நபர் ஒன்றுக்கு ரூ.4000 வரை அளிக்கலாம்.

மேலும் அவரவர் கணக்கில் இருந்து நாள் ஒன்றுக்கு பத்தாயிரம் வரை எடுக்கலாம். அதிகபட்சம், வாரத்திற்கு இருபதாயிரம்.

ஏடிஎம்களில் ஒரு கார்டுக்கு ஒரு நாளைக்கு 2000. பின்னால் 19ம் தேதி முதல் 4000.

9ம் தேதிவரை அனைத்து வங்கிகளிலும் ஏடிஎம்கள் திறக்கப்பட மாட்டாது.

9 நவம்பர்

12 மற்றும் 13ஆம் தேதி, சனி ஞாயிறுகளில் வங்கிகள் வழக்கம் போல செயல்படும்.

10 நவம்பர்

இன்டர் பேங்க் டிரான்ஸ்ஃபர், தபால் நிலையங்கள், விமான நிலையங்கள் போன்ற சிலவற்றுக்கு ஓவர் தி கவுண்டர் முறை பொருந்தாது.

11 நவம்பர்

அரசாங்க அலுவலகங்கள் நாள் ஒன்றுக்கு ஓவர் தி கவுண்டர் முறையில் 10,000 மேல் எடுக்கலாம். கிளை மேலாளர் அனுமதியுடன்.

13 நவம்பர்

தினசரி மாற்றிக்கொள்ளக்கூடிய தொகை 4500 ஆக உயர்த்தப் படுகிறது. ஏடிஎம்மில் எடுக்கக்கூடிய பணம் 2500. வாரத்துக்கு அதிகபட்சம் 24000 ஆக அதிகரிக்கப்படுகிறது.

வங்கிகள், தினசரி ஏடிஎம்களிலும் வங்கிகளிலும் எடுக்கப்படும் தொகைகளைக் கண்காணித்து, ரிசர்வ் வங்கிக்குத் தெரியப்படுத்த வேண்டும்.

14 நவம்பர்

நவம்பர் 10 முதல் டிசம்பர் 31 வரை ஏடிஎம் கட்டணம் இல்லை.

ஏடிஎம் ரீகாலிபரேஷன் மற்றும் ரீ ஆக்டிவேஷனைக் கண்காணிக்க உதவி ஆளுநர் எஸ்.எஸ். முந்த்ரா தலைமையில் ஒரு டாஸ்க் ஃபோர்ஸ் அமைக்கப்படுகிறது.

நடப்பு கணக்கு வைத்திருப்பவர்கள் வாரத்திற்கு 50 ஆயிரம் ரூபாய் 2000 ரூபாய்களாகப் பெற்றுக்கொள்ளலாம்.

பணி ஓய்வு பெற்றவர்களை வங்கிகள் குறைந்த காலத்துக்கு வேலைக்கு எடுக்கலாம்.

தோட்டத் தொழிலாளர்கள், கரும்புக் கூட்டுறவுச் சங்க அங்கத்தினர்கள் மற்றும் பால் பண்ணைகளில் இருக்கிற

ஊழியர்கள் வங்கிக் கணக்கு திறக்குமாறு கேட்டுக்கொள்ளப் படுகிறார்கள்.

வங்கிக் கிளைகள் இல்லாத இடங்களுக்கு மொபைல் வேன்களில் பணம் கொண்டு போகவேண்டும். அங்கே வாங்கிக்கொள்ளவும் வேண்டும்.

நவம்பர் 14

பண மதிப்பு நீக்கம் அறிவிக்கப்பட்டதற்கு ஐந்து நாள்கள் கழித்து, ரிசர்வ் வங்கி அனைத்து மாவட்ட கூட்டுறவு வங்கிகளையும் பணமதிப்பு நீக்கம் செய்யப்பட்ட தாள்களை டெபாசிட் செய்ய அனுமதிக்கக்கூடாது என்று தடை செய்தது.

15 நவம்பர்

ஒரே நபர் மீண்டும் மீண்டும் வாங்காமல் இருப்பதைத் தடுக்க, தேர்தல் நேரத்தில் வைக்கும் அடையாள மையை வைத்துக் கொண்டுதான் படிவம் நிறைவு செய்யவேண்டும். பிறகுதான் ஓவர் தி கவுண்டர் முறையில் தினசரி புதிய தாள்கள் மாற்றிக் கொள்ளலாம்.

ரிசர்வ் வங்கி மற்றொரு சுற்றறிக்கை மூலம், வங்கி காசாளரோ அல்லது வேறு அதிகாரிகளோ தினசரி பணமாற்ற ரூபாய்களைக் கொடுப்பதற்கு முன்பாக, வாங்குகிற நபர்களின் வலது சுட்டு விரலில், ஓட்டு போடும்போது வைக்கப்படும் அழியாத மையை வைக்க வேண்டும் என்று அறிவுறுத்தியது. அதற்காக 5 மில்லி லிட்டர் இங்க் இருக்கிற பாட்டில்களை ஏற்பாடு செய்தது.

இந்தியாவில் ஒரே ஒரு நிறுவனத்தால் தயாரிக்கப்படும் அந்தக் குறிப்பிட்ட அழியாத மைக்குப் பற்றாக்குறை ஏற்பட்டது. அந்த நிறுவனத்தால் உடனடியாக லட்சக்கணக்கான வங்கிக் கிளை களுக்கு மையை அனுப்ப முடியவில்லை. அதனால் பல வங்கிக் கிளைகளும் சலவைத் தொழிலாளர்கள் துணிகளில் குறியிடப் பயன்படுத்தும் மையைப் பயன்படுத்த ஆரம்பித்தார்கள்.

உடனடியாக தேர்தல் ஆணையம், பதற்றத்துடன் நிதியமைச்சகத்துக்கு, ‘இன்னும் சில வாரங்களில் 5 மாநிலங்களில் தேர்தல் வருகிறது. அதனால் அழியாத மை வைக்க வேண்டாம்’ என்று எழுதியது. அதனால் அந்த அடையாள மை வைப்பது நிறுத்தப்பட்டது.

திருமணம் வைத்திருந்தவர்களுக்கு: திருமணம் வைத்திருந்தவர்களுடைய சிரமத்தைப் போக்குவதற்காக இரண்டரை லட்சம் ரூபாய் வரை, அவர்களது வங்கிக்கணக்கில் இருந்து எடுக்கலாம் என்று பொருளாதார விவகாரங்கள் துறை ஒரு நிலையாணை வெளியிட்டது.

உடனடியாக அடுத்த நாளே நிதி அமைச்சகம் அந்த அறிவிப்பைத் திரும்ப வாங்கிக்கொண்டு, ரிசர்வ் வங்கி இதற்கு வழிமுறைகள் வெளியிடும். அதன்படிதான் பணம் எடுக்க அனுமதிக்கப்படும் என்று தெரிவித்தது.

பின்பு நவம்பர் 21 அன்று திருமணம் நடப்பதற்கு அத்தாட்சியாக அழைப்பிதழ், ஏற்கெனவே பணம் கொடுத்திருந்த முன்பணத் தொகைக்கான ரசீதுகள், திருமணம் நடக்கும் இடம், மண்டபத்திற்கு பதிவு செய்திருந்த விவரங்கள் போன்றவற்றைக் காட்டவேண்டும் என்றும், இவற்றை எல்லாம் பெற்றுக்கொண்டு, வங்கியில் பத்திரமாக வைத்திருக்கவேண்டும் என்று அறிவிக்கப்பட்டது.

நடந்துகொண்டிருக்கும் பெரும் வேலைகளுக்கு இடையே இவற்றையெல்லாம் செய்யமுடியுமா என்று கேள்விகள் வந்ததும், பின்னர் பத்தாயிரம் ரூபாய்க்கு மேல் எடுத்தால் மட்டும் டிக்ளரேஷன் கொடுக்கவேண்டும் என்று மாற்றப்பட்டது.

16 நவம்பர்

50 ஆயிரம் ரூபாய்க்கு மேல் டெபாசிட் செய்வோரிடமிருந்து வருமான வரிக் கணக்கு எண் வாங்கப்படும்.

நாடாளுமன்றத்தின் குளிர்கால கூட்டத்தொடரை நடத்தமுடியவில்லை. எதிர்க்கட்சிகள் கூச்சல், குழப்பம். ஜிஎஸ்டி நடைமுறைப்படுத்தும் GST Implementation Bill ‘பாஸ்’ ஆகவில்லை.

17 நவம்பர்

ஓவர் தி கவுண்டர் முறையில் மாற்றும் பணத்தின் அளவு 2000 ஆக குறைக்கப்படுகிறது.

18 நவம்பர்

வியாபாரிகள் அவர்களது பாயிண்ட் ஆஃப் சேல் டெர்மினலில் ஓவர் தி கவுண்டர் முறையில் நாள் ஒன்றுக்கு 2000 வரை எடுக்கலாம்.

டிசம்பர் 19

இனி ரூபாய் ஐந்தாயிரத்துக்கும் கூடுதலாக செல்லாத தாள்களை டெபாசிட் செய்பவர்கள், இரண்டு வங்கி அதிகாரிகள் முன்பாக, அந்தத் தொகையை எதனால் முன்கூட்டியே கட்ட முடியவில்லை என்பதை விளக்கவேண்டும் என்று அறிவிக்கப்பட்டது.

இதையெல்லாம் செய்துகொண்டிருக்க முடியுமா என கேள்விகள் கிளம்ப, அடுத்த நாளே ரிசர்வ் வங்கி இந்த அறிவிப்பை வாபஸ் பெற்றுக்கொண்டது. 'நோ யுவர் கஸ்டமர்' சரியாக இருக்கும் கணக்குகளுக்கு இந்த நடைமுறை தேவையில்லை என்றது.

Y.V. ரெட்டி, பிமல் ஜலான் போன்ற முன்னாள் ரிசர்வ் வங்கி ஆளுநர்கள், ரிசர்வ் வங்கி தனது தனித்தன்மையை இழந்து அடிக்கடி அறிக்கைகளை மாற்றிக் கொண்டிருக்கக்கூடாது என்றார்கள்.

21 நவம்பர்

இதுவரை 5.44 லட்சம் கோடி மதிப்புள்ள உயர் மதிப்பு நோட்டுகள் வங்கிகளில் டெபாசிட் செய்யப்பட்டு இருக்கிறது.

விவசாயிகள் அவர்களுடைய கடன் அல்லது டெபாசிட் கணக்குகளில் இருந்து வாரம் 25 ஆயிரம் எடுக்கலாம்.

ஏபிஎம்சியில் (அக்ரிகல்சுரல் புரொட்யூஸ் மார்க்கெட் கமிட்டி) பதிவு செய்திருக்கும் வியாபாரிகள் வாரம் ஒரு முறை அவர்களது நடப்புக் கணக்கில் இருந்தும் 50,000 வரை எடுக்கலாம்.

22 நவம்பர்

பிரதம மந்திரியின் நமோ ஆப்பில் (மொபைல் போன் மூலமே வாக்கெடுப்பு, கருத்துக் கணிப்பு செய்யும் புரோகிராம்) பண மதிப்பு நீக்க நடவடிக்கையை ஆதரிக்கிறீர்களா இல்லையா என்பது போல கருத்துக் கணிப்பு நடத்தப்பட்டது.

23 நவம்பர்

நடுவண் அமைச்சர் ரவிசங்கர் பிரசாத் மேற்சொன்ன கருத்துக் கணிப்பின் முடிவுகளை வெளியிட்டார். ஐந்து லட்சம் பேர் கலந்துகொண்ட அந்தக் கருத்துக் கணிப்பில் 93% நபர்கள் ஆதரிப்பதாகச் சொன்னார்.

24 நவம்பர்

செல்லாத உயர் மதிப்புத் தாள்களை இனி ரிசர்வ் வங்கியில் மட்டுமே மாற்றலாம். வங்கிக் கிளைகளில் மாற்றமுடியாது.

டிசம்பர் 30

குடியரசுத் தலைவர் ஓர் அவசரச் சட்டத்தைப் பிறப்பித்தார். அதன் பெயர், Specified Bank Notes Cessation of Liabilities Ordinance, 2016. அதன்படி, குறிப்பிட்ட அளவு ரூ. 500 மற்றும் 1,000 தாள்கள் 31 மார்ச் 2016 முதல் ரிசர்வ் வங்கியின் கடனாக இருக்காது. மத்திய அரசின் கியாரண்டி அந்தத் தாள்களுக்குக் கிடையாது.

மேலும் அந்தப் பணமதிப்பு நீக்கம் செய்யப்பட்ட 500 மற்றும் 1,000 ரூபாய்த் தாள்களை வைத்திருப்பது குற்றம். அப்படி வைத்திருப்பவர்களுக்குக் குறைந்தபட்சம் ரூ. 10,000 அபராதம். அல்லது வைத்திருக்கும் தொகையைப் போல ஐந்து மடங்கு. இந்த இரண்டு தொகைகளில் எது அதிகமோ அது வசூலிக்கப்படும்.

வெளிநாடு வாழ் இந்தியர்களுக்கு

பொருளாதார விவகாரங்கள் துறை, வெளிநாடு சென்றிருக்கும் இந்தியர்கள் தங்கள் கையில் இருக்கும் பணத்தைக் கட்டுவதற்கு 31 மார்ச் 2017 வரை கால அவகாசம் கொடுக்கும் அறிவிப்பை வெளியிட்டது.

வெளிநாடுவாழ் இந்தியர்கள், என்ஆர்ஐகளுக்கு அவர்கள் வசமுள்ள செல்லாத தாள்களை வங்கிக் கணக்குகளில் கட்ட, ஜூன் 30, 2017 வரை அவகாசம் கொடுக்கப்பட்டது.

இந்திய குடிமக்கள் நவம்பர் 9 முதல், டிசம்பர் 30 வரை வெளிநாட்டில் இருந்தால், வெளிநாட்டிலிருந்து வரும் அவர்களுக்கு மட்டும் FEMA சட்டப்படி, அதிகபட்சம் 25 ஆயிரம் ரூபாய்க்கான தாள்களை விமான நிலைய அதிகாரிகளிடம் காட்டி, டிக்ளரேஷன் எழுதிக்கொடுத்து, முத்திரை பெற்று அந்தத் தாள்களை இந்தியாவிற்குள் கொண்டு போகலாம். பின்பு, மும்பை, டெல்லி, சென்னை, கொல்கத்தா, நாக்பூர் ஆகிய இடங்களில் அந்தப் பழைய செல்லாத தாள்களைக் கொடுத்து மாற்றிக்கொள்ளலாம்.

பிரதமர் நவம்பர் 8 அன்று அறிவித்திருந்தபடி, 31 மார்ச் 2018 வரை எல்லா இந்தியர்களுக்கும் இந்த வாய்ப்பு கொடுக்கப்படவில்லை.

அது ஏன்? என்று உச்ச நீதிமன்றம் கேள்வி கேட்டது.

2017, ஜனவரி, பிப்ரவரி, மார்ச் மாதங்களில், ரிசர்வ் வங்கி கட்டடங்களின் வாசலில் மக்கள் கூட்டமாகவும் வரிசைகளிலும் நின்றார்கள்.

ரிசர்வ் வங்கி அறிவிப்பு

ரூபாய் நோட்டுகள் அச்சடிக்கும் அச்சகங்கள் முழுவீச்சில் பணிகளைத் தொடர்கின்றன. வங்கிகளின் பணிச் சுமையைக் குறைக்கும் வகையில் பொதுமக்கள் 'டெபிட்' மற்றும் 'கிரெடிட்' கார்டுகளைப் பயன்படுத்தவேண்டும். நாடு முழுவதும் 4,000 இடங்களில் போதிய ரூபாய் நோட்டுகள் இருப்பு வைக்கப் பட்டுள்ளன.

ரிசர்வ் வங்கியின் விதி தளர்த்தப்பட்டது

5000 ரூபாய்க்கு மேல் பண மதிப்பு நீக்கம் செய்யப்பட்ட தாள்களை வங்கியில் கட்டுபவர்கள் அதற்கான காரணத்தை வங்கி அதிகாரியிடம் தெரிவிக்கவேண்டும் என்ற விதி தளர்த்தப்பட்டது. ஏற்கெனவே இன்னார் என்பதை அத்தாட்சிகளுடன் கொடுத்திருந்தால் எவ்வளவு தொகையும் கட்டலாம்.

பெருகிய வங்கி டெப்பாசிட்டுகள்

ரிசர்வ் வங்கியின் தகவல்படி 18 நவம்பர் வரை வங்கிகளில் 5.12 லட்சம் கோடி ரூபாய் பணம் டெப்பாசிட் செய்யப்பட்டது. அதன்பின் சில நாட்களில் 'அட்டார்னி ஜெனரல் ஆஃப் இந்தியா' உச்ச நீதிமன்றத்தில், அதுவரை வங்கிகளில் 6 லட்சம் கோடி ரூபாய் டெப்பாசிட் ஆகியிருக்கிறது என்றார்.

பின்னால் இதுவே 15 லட்சம் கோடியாகிவிடும் அளவு வேகமாக நடந்தது. வங்கிகள் தங்களுக்கு வந்த பணத்தை 'ரிவர்ஸ் ரிப்போ' வுக்குப் பயன்படுத்திக்கொண்டன. அதன்மூலம் ரிசர்வ் வங்கியிடம் வாங்கியிருந்த பணத்துக்குக் கட்டும் வட்டிப்பணம் குறைந்தது.

அதே சமயம், தம்மிடம் குவிந்த பணத்துக்கு ரிசர்வ் வங்கியால் போதிய அளவு டிரெஷரி பில்கள் கொடுக்க இயலவில்லை. அதனால் ரிசர்வ் வங்கி கேஷ் மேனேஜ்மெண்ட் பில்களை அளித்தது. கைவசம் பெரும் பணம் சேர்ந்ததால் வங்கிகள் தாராளமாகக் கடன்களை வழங்கின.

வந்த டெப்பாசிட்டுகளில் பெரும்பகுதி, அதாவது 70% பொதுத்துறை வங்கிகளுக்குக் கிடைத்தது. மேலும் அவற்றில் கணிசமான பகுதி நடப்புக் கணக்கு மற்றும் சேமிப்புக் கணக்குகளிலேயே இருந்ததால் அவர்களால் கடனுக்கான வட்டி விகிதத்தைக் குறைக்க முடிந்தது. கூடவே அவை டெப்பாசிட்டு களுக்குக் கொடுக்கும் வட்டி விகிதமும் குறைந்தது. நவம்பர் 2016 மற்றும் பிப்ரவரி 2017 இடைப்பட்ட காலத்தில் டெப்பாசிட் வட்டி விகிதம் 38 பேசிஸ் பாயிண்ட்ஸ் குறைந்தது.

ரிசர்வ் வங்கியில் கட்டியது போக மீதம் இருந்ததால், வங்கிகள் அவர்களிடம் இருந்த டெப்பாசிட் பணத்தை அரசுப் பத்திரங்களில் முதலீடு செய்தன.

பூபால் சிங் மற்றும் இந்திரஜித் ராய் என்ற இரு ரிசர்வ் வங்கி இயக்குநர்கள் மானிடரி பாலிசி மானிட்டரிங் மற்றும் டிபார்ட்மெண்ட் ஆஃப் ஸ்டாடிஸ்டிக்ஸ் அண்ட் இன்ஃபர்மேஷன் மேனேஜ்மெண்ட் என்ற அமைப்பின்மூலம் ஆகஸ்ட் 2017ல் ஓர் ஆய்வை மேற்கொண்டனர். அதன்படி வங்கிகளுக்கு வந்து சேர்ந்த கூடுதல் டெப்பாசிட் தொகை மட்டும் 3.3 முதல் 4.2 லட்சம் கோடி வரை என்று தெரியவந்தது.

சிலரின் சாமர்த்தியங்கள்

கை விரலில் மை வைக்கவேண்டும் என்று சொன்னதை ஒருநாளுக்கு மேல் அரசால் நடைமுறைப்படுத்த முடியவில்லை. பலரும் இதற்காகவே ஆள்களை வேலைக்கு அமர்த்தி, அவர்களிடம் தினசரி மாற்றக்கூடிய உயர் மதிப்பு தாள்களைக் கொடுத்து, மாற்றிக்கொடுப்பதற்கான கமிஷனையும் கொடுத்தார்கள்.

முதலாளிகள் தங்களிடம் பணிபுரியும் ஊழியர்களிடம் உயர் மதிப்பு தாள்களை கொடுத்து அவர்களை வங்கி வரிசைகளில் நிறுத்தினார்கள்.

பெரும் தொகைகளைக் கடனாகக் கொடுத்து, பின்னால் திரும்ப வாங்கிக்கொள்வதாகச் சிலர் சொன்னார்கள். அப்படி வாங்கிக் கொள்பவர்களுக்கு அனுகூலங்கள் செய்துகொடுத்தார்கள்.

சில வங்கி ஊழியர்களின் சந்தர்ப்பவாத நடவடிக்கை

சில வங்கி அதிகாரிகள் அவர்களுக்கு வேண்டியவர்களுக்கும், பொருளாதார ஆதாயங்களுக்காகவும் புதிய 2,000 மற்றும் 500

ரூபாய் தாள்களை கட்டுக்கட்டாகக் கொடுத்து, செல்லாது என்று அறிவிக்கப்பட்ட தாள்களைப் பெருமளவில் மாற்ற உதவினார்கள் என்ற குற்றச்சாட்டு சமூக ஊடகங்களில் பரவியது. செய்தித்தாள்களில் வந்த தகவல்களின்படி :

- *3 டிசம்பர் 2016*. தனது ஒரு மேலாளர் உள்பட நான்கு ஊழியர்களைத் தவறான வழியில் பணம் மாற்றிக் கொடுத்ததற்காக வேலையில் இருந்து நீக்கி இருப்பதாக எச்டிஎஃப்சி வங்கி தெரிவித்தது.
- *4 டிசம்பர் 2016* அன்று என்போர்ஸ்மெண்ட் இயக்குனரகம், ஆக்சிஸ் வங்கியின் புது டெல்லி காஷ்மீரி கேட் கிளையின் இரண்டு மேலாளர்களை நெஃப்ட் மற்றும் RTGS மூலம் 3.5 கோடி ரூபாயைத் தவறான முறையில் மாற்றிக்கொடுத்ததற் காகக் கைது செய்தது.
- *2016 டிசம்பர் 9* புது டெல்லி ஆக்சிஸ் வங்கி சாந்தினி சவுக் கிளையில் 44 சந்தேகத்துக்குரிய கணக்குகளில் போடப்பட்ட ரூபாய் 100 கோடியை வருமான வரித்துறை அதிகாரிகள் கைப்பற்றினார்கள்.
- *2016 டிசம்பர் 15* நோய்டா செக்டார் 51ல் அமைந்திருக்கும் ஆக்சிஸ் வங்கியில் ரெய்டு நடத்தினார்கள். 60 கோடி ரூபாய்க்கு 20 கணக்குகளில் பணம் போட்டதாக அந்தக் கணக்குகளை முடக்கினார்கள்.
- *2016 டிசம்பர் 17* பெங்களூருவை ரிசர்வ் வங்கியின் கேஷ் டிபார்ட்மெண்டில் இருக்கும் இரண்டு ஊழியர்களை 1.99 கோடி ரூபாய் புது நோட்டுகள் மாற்றிக் கொடுத்ததற்காக சிபிஐயால் கைது செய்யப்பட்டார்கள்.
- *2016 டிசம்பர் 17* மைசூருவில் 6 லட்ச ரூபாய் மாற்றிக் கொடுத்ததற்காக ஸ்டேட் பேங்க் ஆஃப் மைசூர் அதிகாரிகளை சிபிஐ கைது செய்தது.
- *2016 டிசம்பர் 17* மைசூரில் இருக்கும் ரிசர்வ் வங்கியின் அச்சகத்தில் பணியாற்றிய மூத்த அதிகாரி ஒருவர், 5.7 கோடி ரூபாய் புதிய நோட்டுகளை மாற்றியதற்காகக் கைது செய்யப்பட்டார்.
- *2016 டிசம்பர் 23* மகாராஷ்டிரா மாநிலத்தில், வைத்தியநாத் அர்பன் கோஆப்பரேடிவ் வங்கியின் பதினோரு இடங்களில் சிபிஐ ரெய்டு நடத்தி, 10 கோடி ரூபாய் மதிப்புள்ள பண

மதிப்பு நீக்கம் செய்யப்பட்ட தாள்களைக் கைப்பற்றியது. மேலும் அதே வங்கியில் அதிக அளவில் ரூபாய் தாள்கள் டெபாசிட் செய்யப்பட்டது குறித்து விசாரணை துவங்கியது.

- 2016 டிசம்பர் 28. அமலாக்கத்துறை இயக்குனரகம் கோடக் மகேந்திரா வங்கியின் டெல்லி கனாட் பிளேஸ் கிளையின் மேலாளரை, 35 கோடி ரூபாய் புதிய தாள்கள் மாற்றிக் கொடுத்ததற்காகக் கைது செய்தது.

தவறாகப் பயன்படுத்தப்பட்ட ஜன்தன் கணக்குகள்

திறக்கப்பட்ட 2.33 கோடி ஜன்தன் வங்கிக் கணக்குகளில் (பிரதான் மந்திரி ஜன் தன் யோஜனா) 80% கணக்குகள் பொதுத்துறை வங்கிகளில் திறக்கப்பட்டன. பண மதிப்பு நீக்க நடவடிக்கைக்குப் பின் அந்தக் கணக்குகளில் போடப்பட்ட பணம் பெருமளவில் அதிகரித்தது.

நடவடிக்கைக்கு முன்பு 45,600 கோடியாக இருந்த மொத்த டெபாசிட் பணம், நடவடிக்கைக்குப் பின் 7ம் தேதி டிசம்பர் 2016ல் 74,600 கோடியாக உயர்ந்தது. அதாவது, 63% உயர்வு.

ஜன் தன் கணக்குகளில், குறிப்பாக மேற்கு வங்கத்தில் மிக அதிகமான பணம் டெபாசிட் செய்யப்பட்டது. இது சந்தேகத்தை உருவாக்கியது.

நவம்பர் 24ஆம் தேதி வெளியிடப்பட்ட பிசினெஸ் ஸ்டாண்டர்ட் (ஆம்ராடா ஆச்சார்யா) செய்தியின்படி, நாடு முழுவதும் ஜன் தன் கணக்குகளில் டெபாசிட் செய்யப்பட்டிருக்கும் 21,000 கோடி ரூபாய்களில் அதிகமான தொகை மேற்கு வங்க மாநிலத்தில்தான் செய்யப்பட்டிருக்கிறது.

பணமதிப்பு நடவடிக்கைக்கு முன்னால் திறக்கப்பட்ட ஜன் தன் கணக்குகளின் எண்ணிக்கையில் முதலில் இருந்தது உத்தரப் பிரதேசம். இரண்டாவது இடத்தில் பிகார். மூன்றாவது இடத்தில் மேற்கு வங்காளம். நவம்பர் 9ஆம் தேதி மேற்கு வங்க மாநிலத்தில் மொத்தம் 2 கோடியே 40 லட்சம் கணக்குகள் இருந்தன. அதில் இருந்த மொத்தத் தொகை 6286 கோடி. டெபாசிட் தொகை கணக்கில் உத்தரப் பிரதேசத்துக்கு அடுத்த இரண்டாவது இடத்தில் மேற்கு வங்காளம் இருந்தது.

பங்களாதேஷ் எல்லையில் இருக்கும் மேற்கு வங்க ஜன் தன் வங்கிக் கணக்குகளில், பன மதிப்பு நீக்க நடவடிக்கைக்குச் சில

நாட்களுக்குப்பின் நாளொன்றுக்கு ஒரு கோடி ரூபாய் வரை டெபாசிட் செய்யப்பட்டிருப்பதாகவும், எல்லை ஓரத்தில் இருக்கும் வேறு சில வங்கிக் கணக்குகளில் நாளொன்றுக்கு ரூபாய் 5 கோடி வரை மோசடி செய்யப்பட்டதாகவும் சொல்லப்படுகிறது.

இதன் காரணமாக வங்கிகள் ஐம்பதாயிரம் ரூபாய்க்கு மேல் விற்பனை செய்பவரிடம் விவரம் கேட்டுக் கொண்டிருந்தன.

மேற்கு வங்கத்திலுள்ள மால்டா மாவட்டம் போலி இந்திய ரூபாய்களின் நுழைவாயில் என்று அழைக்கப்படும். இந்திய எல்லை பாதுகாப்புப் படையான பார்டர் செக்யூரிட்டி ஃபோர்ஸ் கடந்த ஆண்டு மால்டா மாகாணத்தில் இரண்டு கோடி ரூபாய் மதிப்பிற்குப் போலி நோட்டுகள் பிடிபட்டிருக்கிறது.

2016ஆம் ஆண்டு அக்டோபர் 31 வரை 1.35 கோடி போலி இந்திய ரூபாய் நோட்டுகள் பிடிபட்டிருக்கின்றன. இப்படி போலி ரூபாய் தாள்களில் சம்பாதித்த பணம்தான் ஜன் தன் கணக்குகளில் போடப்படுகிறது என்ற சந்தேகம் எழுந்தது.

கொல்கத்தாவைச் சேர்ந்த யூகோ வங்கியின் தலைவரும் நிர்வாக இயக்குநருமான ஆர்.கே. தக்கார், 24 நவம்பர் வரை நாடு முழுவதும் இருக்கும் யூகோ வங்கியில் திறக்கப்பட்டிருக்கும் ஜன் தன் கணக்குகளில் 1,600 கோடி ரூபாய் டெபாசிட் செய்யப்பட்டிருக்கிறது என்றார். பாரத ஸ்டேட் வங்கியின் மேற்கு வங்காளம், அந்தமான் நிகோபார் தீவுகளில் இருக்கும் வங்கி ஜன் தன் கணக்குகளில் 600 கோடி ரூபாய் டெபாசிட் ஆகியிருப்பதாகவும் தெரிவித்தார். இதில் அதிகமாக வந்திருப்பது மேற்கு வங்கத்தில் இருந்துதான் என்றார்.

ஜன் தன் கணக்குகளின் வலைத்தளத்தில் கொடுக்கப்பட்டிருந்த புள்ளிவிவரத்தின்படி, பண மதிப்பு நீக்க நடவடிக்கைக்கு முன்பிருந்த 24 லட்சம் கணக்குகளில் 30%க்கும் அதிகமான கணக்குகளில் பணமே இல்லை. ஜீரோ பேலன்ஸ்தான். ஆனால், பண மதிப்பு நீக்க நடவடிக்கைக்குப்பின், ஜீரோ பேலன்ஸ் கணக்குகளின் சதவிகிதம் 10க்கும் கீழ், ரூ 4.8 லட்சம் வந்திருக்கிறது.

சுங்கக் கட்டணம் ரத்து

பண மதிப்பு நீக்கம் அறிவிக்கப்பட்டவுடன் சாலை மற்றும் நெடுஞ்சாலை போக்குவரத்து அமைச்சகம் நவம்பர் 9 முதல் 2016

டிசம்பர் 2 வரை, சுங்கக் கட்டணங்களை ரத்து செய்து அறிவித்தது. அரசு நாடாளுமன்றத்தில் தெரிவித்த தகவல்படி நாள் ஒன்றுக்கு சுங்கச் சாவடிகளில் வசூலிக்கப்படும் தொகை ரூ.51.59 கோடி. ரத்து செய்யப்பட்ட நாட்களில் அரசுக்கு இது நட்டமானது.

சிறு குறு தொழில்கள் முடக்கம்

கூலி தர முடியாமல் சிறு குறு நிதி நிறுவனங்கள் அவதி. 500 மற்றும் 1,000 ரூபாய் இல்லாததால் வாகன வாடகை தர முடியவில்லை.

இறப்பு

பல்வேறு கணக்குகளின்படி 100 முதல் 150 நபர்கள் வரை இந்த நடவடிக்கையால் இறந்தார்கள் என்கின்றன எதிர்க்கட்சிகள்.

5

எப்படி முடிந்தது?

வருமான வரித் துறை

நவம்பர் 8க்குப் பிறகு முடிந்திருந்த ஆறு வாரங்களில் வருமான வரித்துறை 291 தேடுதல் வேட்டைகளையும் 295 ஆய்வுகளையும் நடத்தியது. இதுபோக 3,000 கோப்புகளில் விசாரணையை ஆரம்பித்திருக்கிறது. இந்த விசாரணைகள் காரணமாக சுமார் 2,500 கோடி ரூபாய் கணக்கில் காட்டப்படாத பணம் இருந்தது ஒப்புக்கொள்ளப்பட்டிருக்கிறது என்று நிதி அமைச்சகத்தின் பத்திரிகை செய்தி தெரிவிக்கிறது.

2017, 2018 இரு ஆண்டுகளில் 18,522,783 போலி நோட்டுகள் கண்டறியப்பட்டன. அதில் 63.9% கமர்ஷியல் வங்கிகளில் கண்டுபிடிக்கப்பட்டது . கடந்த ஆண்டைவிட இது 31.4 சதவிகிதம் குறைவு. இது பண மதிப்பு நீக்க நடவடிக்கையின் காரணமாக இருக்கலாம். ஆனால், 100 ரூபாய் தாளில் கண்டுபிடிக்கப்பட்ட போலித் தாள்கள் கடந்த ஆண்டைவிட 35 சதவிகிதம் கூடுதல்.

புதிய 500 மற்றும் 2,000 ரூபாய் நோட்டுகளிலும் போலி நோட்டுகள் கண்டுபிடிக்கப்பட்டிருக்கின்றன. பண மதிப்பு நீக்கம் செய்யப்பட்ட முதல் ஆண்டில், அதாவது 2016- 17 இல் 500 ரூபாய் தாள்கள் 499 மற்றும் 638 இரண்டாயிரம் ரூபாய் நோட்டுகள் கண்டுபிடிக்கப்பட்டன.

2017-18 இல் 9,892 500 ரூபாய் தாள்களும் 17,929 இரண்டாயிரம் ரூபாய் தாள்களும் கண்டுபிடிக்கப்பட்டுள்ளன.

மதிப்பு நீக்கம் செய்யப்பட்ட உயர் மதிப்பு ரூபாய்த் தாள்களைத் தங்கள் வசம் வைத்திருப்பவர்கள் அந்தப் பணத்தை 2016 டிசம்பர் 31 ம் தேதிக்குள் அவரவர் வங்கிக் கணக்குகளில் கட்டுங்கள் என்று அரசு சொன்னது.

யார் எவ்வளவு கட்டினார்கள்?

யார் எவ்வளவு கட்டினார்கள்? என்ற இந்த அலசலில் பான் நம்பர் கொடுத்து டெபாசிட் செய்யப்பட்ட பணத்தின் விவரம் மட்டும் சேர்க்கப்பட்டிருக்கிறது. பான் நம்பர் இல்லாமல் கட்டப்பட்ட தொகைகளின் கணக்கு இதில் சேர்க்கப்படவில்லை. வங்கிகள் மற்றும் தபால் நிலையங்கள் இரண்டும் சேர்த்து என்ற அடிக் குறிப்புடன் பண மதிப்பு நீக்கம் செய்யப்பட்ட முதல் ஆண்டு நிறைவின்போது, நவம்பர் 7, 2017 தேதியிட்ட பிசினெஸ் ஸ்டாண்டர்டில் வெளிவந்த தகவல்.

வருமானவரி கணக்கு எண் வைத்திருப்போர்	கணக்கு ஒன்றுக்கு சராசரி டெபாசிட் செய்யப்பட்ட தொகை ரூ. லட்சங்களில்
வியாபாரம் - பிசினெஸ் செய்பவர்கள்	
முதலாளிகள் ITR 4S	4.9
முதலாளிகள்	15.9
நிறுவனம் அல்லாதவர்கள் (நான் கார்பரேட்)	42.3
நிறுவனங்கள்-கார்பரேட்	137.4
வியாபாரம் அல்லாதவை- நான் பிசினெஸ்	
சம்பளம் வாங்குபவர்கள்- - சாலரீட்	4.3
பங்குதாரர்கள்- பார்ட்னெர்ஸ்	9.6
ஏனைய தனிநபர்கள்/HUF	4.3
மற்றவர்கள்-அதர்ஸ்	
தொண்டு நிறுவனங்கள் (நான் பிராஃபிட் ஆர்கனைசேஷன்ஸ்)	44.4
அரசு நிறுவனங்கள்	161.5
வருமான வரி தாக்கல் செய்யாதவர்கள் No Return filed	4.1

கொடுக்கப்பட்டிருக்கும் தொகைகள் எல்லாம் சராசரி. உதாரணத்துக்கு தொண்டு நிறுவனங்கள் கட்டிய பான் நம்பர் ஒன்றுக்கான சராசரி தொகை ரூ 44. 4 லட்சம்.

இது சராசரி என்றால், அதே வகையில் இருக்கும் பல நிறுவனங்கள் இந்தத் தொகைக்கு மேலும் அவர்கள் வசம் ரொக்கம் வைத்திருந்து கட்டியிருக்கிறார்கள் என்று பொருள். வேறு பல நிறுவனங்கள் 44.4 லட்சத்துக்கும் குறைவாக கட்டியிருக்கிறார்கள்.

கார்பரேட் நிறுவனங்கள் மற்றும் அரசு நிறுவனங்கள் கட்டியிருப்பது சராசரியாக ஒரு கோடி ரூபாய்க்கும் மேல்.

வியாபார நிறுவனங்கள் கட்டியதை எப்படிப்பட்ட அமைப்பில் இயங்கும் நிறுவனங்கள், எவ்வளவு கட்டின என்று பிரித்துப் பார்த்தது போக, எந்தெந்த துறைகளில் இயங்கும் நிறுவனங்கள் எவ்வளவு ரொக்கப் பணம் வைத்திருந்து கட்டினார்கள் என்றும் பிரித்துப் பார்த்திருக்கிறார்கள். அந்த விவரம் கீழே.

வருமானவரிக் கணக்கு எண் வைத்திருப்போர்	**கணக்கு ஒன்றுக்கு சராசரி டெபாசிட் செய்யப்பட்ட தொகை ரூ. லட்சங்களில்**
டிரேடிங்	22.5
உற்பத்தித் துறையில் இருப்போர்	26.6
சேவைத்துறை	15
நிதித்துறை (ஃபைனான்ஷியல் சர்வீஸ்)	94.6
காண்டிராக்டர்கள்	8.1
தொழில்முறை கலைஞர்கள்(புரொஃபஷனல்ஸ்)	7.5
கமிஷன் ஏஜெண்ட்ஸ்	9.1
பில்டர்கள்	24.6
பொழுதுபோக்குத்துறை	15.4
மற்றவர்கள்	12.4
விவரம் இல்லை	4.8

எல்லோரும் கட்ட மாட்டார்கள், இவ்வளவு தொகை வராது என்று நினைத்தோம். இவ்வளவு தொகை வந்திருக்கிறதே! எல்லாம் சரிதானா என்று கணக்குப் பார்க்க வேண்டும் அல்லவா?

கணக்குப் பார்ப்பது என்றால், கட்டிய ரொக்கம் கணக்கில் காட்டப்பட்டதுதானா அல்லது இந்த நடவடிக்கையால் வங்கிக்கு வந்திருப்பதா? இதை சரி பார்த்து, தேவைப்படும் நபர்கள், நிறுவனங்கள்மீது வரியும் அபராதமும் போட்டு பணம் வசூல் செய்யவேண்டும் அல்லவா? அதுதானே நோக்கம்?

ஒத்துழைத்த மக்களுக்கு?

செப்டெம்பர் 20, 2016 தேதியிட்ட பிசினெஸ் ஸ்டாண்டர்ட் பத்திரிகையில் சுப்ஹொமோய் பட்டாச்சார்ஜி எழுதுகிறார்.

> ‘நரேந்திர மோடி 500 மற்றும் 1,000 ரூபாய் திரும்பப் பெற்று கருப்புப் பணத்தை ஒழிக்கும் முயற்சியில் ஈடுபட்டிருக்கிறார். எவ்வளவு நோட்டுகள் திரும்ப வரும் என்பது இன்னும் தெரியவில்லை. அனேகமாக அரசுக்கு வரக்கூடிய பெரிய வருவாய் கணக்குக் காட்ட முடியாத ரொக்கங்களை டெபாசிட் செய்தவர்களிடம் வசூலிக்கப்படும் வரி மற்றும் அபராதங்களில் இருந்து வரலாம்.
>
> எப்படியும் அரசு அதற்குக் கிடைக்கும் பணத்தில் நிச்சயமாக ஓரளவு ஜன் தன் கணக்குகளில் போடுவார்கள் என்று மக்கள் பேசிக் கொள்கிறார்கள்.
>
> அப்படி நடக்காவிட்டால் இதற்கு ஒத்துழைத்த மக்களின் கோபம் முழுவதும் பிரதமர் மோடிமீது திரும்பலாம். இதன் காரணமாக வருமான வரித் துறைக்கு இந்த நடவடிக்கையில் ஒரு முக்கியப் பங்கு இருக்கிறது’.

கணக்குப் பார்க்கும் வருமான வரித்துறை

சென்ட்ரல் போர்ட் ஆஃப் டைரக்ட் டாக்ஸஸ் (சிபிடிடி) தலைவர் சுஷில் சந்திரா 31 ஜனவரி 2016 அன்று ஒரு பத்திரிகையாளர் சந்திப்பின்போது கூறியது :

> ‘பண மதிப்பு நீக்க நடவடிக்கையின்கீழ் 70 லட்சம் வருமான வரி நிரந்தரக் கணக்கு எண் வைத்திருப்பவர்கள் தங்களிடமிருந்த 500 மற்றும் 1,000 ரூபாய் தாள்களை ஒரு கோடி வங்கிக் கணக்குகளில் போட்டிருக்கிறார்கள்.

அதில் 18 லட்சம் பேர் கட்டிய ரொக்கப் பணம், அவர்கள் ஏற்கெனவே காட்டியிருக்கும் வருமான வரிக் கணக்குடன் ஒத்துப்போகவில்லை.

இந்த 18 லட்சம் பேர் கட்டிய மொத்த தொகை 1.17 லட்சம் கோடி.

இந்த 18 லட்சம் நபர்களில் பெரும்பாலானோர் ரூபாய் 5 லட்சத்துக்கும் மேல் வங்கிக் கணக்குகளில் கட்டியிருக் கிறார்கள். இவை சந்தேகத்துக்குரியவை. இவர்கள் அது குறித்து பத்து நாட்களில் விளக்கம் தர வேண்டி வருமான வரித்துறை நோட்டீஸ் அனுப்பியிருக்கிறது.

இப்படிப்பட்ட கணக்குகளை நாங்கள் எங்களிடம் இருக்கும் பல்வேறு தகவல்களுடன் ஒப்பிடுவோம். அவற்றோடு ஒத்துப் போகாமல் இருந்தால் அல்லது கூடுதல் தொகைகள் கட்டப் பட்டு இருந்தால் அவற்றை எங்களுடைய மின்னணுத் தளமான ஈ-ஃபைலிங் போர்டல் மூலம் 'உங்களுக்கு இவ்வளவு பணம் எப்படி வந்தது?' என்று அவர்களிடம் கேட்போம்.

சில நாட்களுக்கு முன்பு தான் சென்ட்ரல் போர்ட் ஆஃப் டைரக்டர்ஸ் 'ஆபரேஷன் கிளீன் மணி ப்ராஜெக்ட்' என்கிற திட்டத்தை அறிமுகப்படுத்தியது. அந்தத் திட்டத்தின்மூலம் வருமான வரி கட்டுபவர்கள் எவ்வாறு பணம் கட்டுகிறார்கள் என்பதை ஆராய்ந்து அவர்களுக்கு மின்னஞ்சல் அல்லது மொபைல் மூலம் குறுஞ்செய்தி அனுப்பி, விவரம் கேட்கப்படும்.

வங்கிகள் கொடுத்த விவரங்களின்படி ஒரு கோடிக்கும் மேற்பட்ட கணக்குகளில் இரண்டு லட்ச ரூபாய்க்கு மேல் 500 மற்றும் 1,000 ரூபாய் தாள்கள் கட்டப்பட்டிருக்கின்றன. அந்த ஒரு கோடி கணக்குகளின் பான் நம்பர்கள் 70 லட்சம் நபர்களைச் சார்ந்தது. நோட்டீஸ் பெற்றவர்களின் பதிலை இங்கிருக்கும் தகவல்களோடு ஒப்பிட்டுப் பார்ப்போம்.

அவர்கள் சொல்லும் விளக்கம் ஏற்றுக்கொள்ளக்கூடியதாக இருந்தால் அவர்கள் வருமான வரி அலுவலகம் வராமலேயே விசாரணை முடிக்கப்படும். அதேபோல அவர்கள் கட்டிய பணத்தைப் பிரதான் மந்திரி கல்யாண் யோஜனா திட்டத்தின்கீழ் கட்டி இருப்பதாகத் தெரிவித்தால் விசாரணை மேற்கொள்ளப் படாது. ஏனென்றால், அந்தத் திட்டம் கருப்புப் பண

டிக்ளரேஷன் ஸ்கீம் IIன் கீழ் வரும். இந்தத் திட்டம் டிசம்பர் 17, 2016 முதல் மார்ச் 31, 2017 வரை நடப்பில் இருக்கும்.

இந்தத் திட்டத்தின் மூலம் ஒன்றரை லட்சம் கோடி ரூபாய் கருப்பு பணம் வெளிவரும் என்று எதிர்பார்க்கிறோம்'.

பிரதான் மந்திரி கல்யாண் யோஜனா திட்டம்

பலரும் அவர்களிடம் இருந்த 500 மற்றும் 1,000 ரூபாய்த் தாள்களை அவர்களது வங்கிக் கணக்குகளில் 2016 டிசம்பர் 31 வரை கட்டினார்கள். அந்தத் தொகை எப்படி கிடைத்தது என்றும் கணக்கு காட்டியாகவேண்டும்.

கட்டிய ரொக்கப் பணம் இதுவரை கணக்கில் காட்டப்படாததாக இருந்தால், அதைக் கணக்கில் காட்டி வெள்ளைப் பணமாக்கிக் கொள்ள மேலும் ஒரு வாய்ப்பு கொடுக்க டிஸ்குளோசர் திட்டம் உருவாக்கபட்டது.

அதற்கான சட்ட மசோதாவை நிதியமைச்சர் அருண் ஜேட்லி நாடாளுமன்றத்தில் தாக்கல் செய்தார். பாரதிய ஜனதா கட்சி ஆட்சிக்கு வந்தபின் கொண்டு வரும் மூன்றாவது டிஸ்குளோசர் திட்டம் இது.

திட்டத்தின் விவரம்:

பெயர் : பிரதான் மந்திரி காரிப் கல்யாண் யோஜனா, 2016.

இந்தத் திட்டத்தின் படி, இதுவரை கணக்கில் காட்டப்படாத பணம் என்று ஒப்புக்கொண்டு டிக்ளேர் செய்யும் தொகையின் மீது :

30% வரி

சர் சார்ஜ் 9.9% (வரியின்மீது வரி 33%)

அபராதம் 10%

அரசுக்குப் போய்விடும் மொத்த சதவிகிதம் : 49.9.

(லட்சம் டிக்ளேர் செய்தால் 49,900)

கட்டுகிற பணத்தில் 25% பணம் 4 ஆண்டுகளுக்கு எடுக்கமுடியாத வைப்பாக ஆகும். (லட்சத்துக்கு ரூ.25,000). இந்தப் பணத்துக்கு வட்டி கிடையாது.

மொத்தத்தில் பாதிப்பணம் அரசுக்கு. கால்வாசி 4 ஆண்டுகள் கழித்து கிடைக்கும் வட்டியில்லா நாட்டு நலன் திட்டத்துக்கு.

இன்னொரு கால்வாசி, உடனடியாக வெள்ளைப் பணம். (லட்சத்துக்கு 25,000).

இதில் கட்டுகிற பணம் எப்படிக் கிடைத்தது என்று வருமான வரித்துறை கேட்காது.

இதில் கிடைக்கிற பணத்தை நீர் பாசனம், கழிப்பறைகள் கட்டுவது, கட்டுமானப் பணிகள், ஆரம்பக் கல்வி, ஆரம்ப சுகாதாரம் போன்றவற்றுக்காகச் செலவழிக்கப்படும் என்ற அறிவிப்பும் வந்தது.

திட்டம் 17 டிசம்பர் 2016 முதல் 31 மார்ச் 2017 வரை அமலில் இருந்தது.

இப்படி ஓர் அறிவிப்பு வந்த பின்பும் கணக்கில் வராத, வரி கட்டாத பணம் வைத்திருப்பது, வங்கிக் கணக்கில் கட்டியிருப்பது தெரிய வந்தால்? அதையும் அரசு அறிவித்தது.

வரி : 60%

சர் சார்ஜ், செஸ் : 15%

அபராதம் : 10% (அதிகாரி முடிவு செய்தால் விதிக்கலாம்)

60+9+10 = 79.

நூற்றுக்கு 79 ரூபாய் அரசுக்குப் போய்விடும். மீதமுள்ள 21 ரூபாய்தான் கணக்கில் காட்டாமல் விட்டவருக்கு.

டிக்ளேர் செய்யப்பட்ட தொகை

இவ்வளவு கெடுபிடிகளுக்கு இடையே பிரதான் மந்திரி காரிப் கல்யாண் யோஜனா திட்டத்தின்கீழ் 21,000 நபர்கள் மொத்தம் 4,900 கோடி ரூபாய் டிக்ளேர் செய்து, அரசுக்கு வரி, சர் சார்ஜ் மற்றும் அபராதமாக ரூ 2,451 கோடி அளித்திருக்கிறார்கள்.

வருவாய் துறை செயலாளர் ஹஷ்முக் ஆதியா, திட்டத்திற்கு வரவேற்பு சரியாக இல்லை என்று ஒப்புக்கொண்டார்.

இந்தத் திட்டத்தைத் தனியாகப் பார்க்கக்கூடாது. இதற்குமுன் இதே போன்ற வாய்ப்பை சில திட்டங்கள் கொடுத்ததையும் சேர்த்துத்தான் பார்க்கவேண்டும் என்றார் நிதி அமைச்சர் அருண் ஜேட்லி.

அதிகப் பணம் வரவில்லை

நிதி அமைச்சர் அருண் ஜேட்லி அவர்கள் கூறியதுபோல அதற்கு ஆறு மாதங்களுக்கு முன்புதான், ஜூன் 1 முதல் செப்டெம்பர் 2016 வரை இன்கம் டிக்ளரேஷன் ஸ்கீம் (ஐடிஎஸ்) என்று அதே போன்றதொரு திட்டம் நடப்பில் இருந்தது.

அதில் 71,726 நபர்களால் 67,382 கோடி ரூபாய் பணம் கணக்கில் காட்டப்படாத பணமாக டிக்ளேர் செய்யப்பட்டு, அரசுக்கு ரூ 12,000 கோடி வசூல் ஆனது.

உயர்ந்தது ரொக்கப் பணப் புழக்கம்

கரன்சி வித் பப்ளிக். சுருக்கமாக, CwP. மக்களிடம் இருக்கும் ரொக்கப் பணம் பண மதிப்பு நீக்க நடவடிக்கையின்போது 17 லட்சம் கோடியாக இருந்திருக்கிறது. நடவடிக்கைக்குப் பின் அது குறைந்திருக்கவேண்டும் அல்லவா? மாறாக ஏப்ரல் 2017ல் 18.25 லட்சம் கோடியாக ரொக்கம் உயர்ந்துவிட்டது என்கின்றன மத்திய ரிசர்வ் வங்கியின் புள்ளிவிவரங்கள். ஏழு சதவிகிதம் கூடுதல்.

இத்தனைக்கும் அதற்குமுன் இரண்டு ஆண்டுகளாக ஜன் தன் யோஜனா என்ற வங்கிக் கணக்குத் திட்டம் நடைமுறையில் இருந்திருக்கிறது. 2014ல் தொடங்கப்பட்ட அந்தத் திட்டத்தின் மூலம், நாட்டில் 31 கோடி கணக்குகள் திறக்கப்பட்டன. அதில் போடப்பட்ட வைப்புத் தொகைகளின் அளவு 81,200 கோடி ரூபாய்.

80 விழுக்காடு மக்களுக்கு வங்கிக் கணக்கு இருக்கிறது என்கிறார்கள். ஆனால் அதில் 38% நடப்பில் இல்லை. கணக்கு என்று ஒன்று இருக்கிறது, அவ்வளவுதான். அதில் வரவு செலவு கிடையாது.

மே 2018 கணக்குப்படி நாட்டில் கமர்ஷியல் வங்கிகளில் இருக்கும் வைப்புத் தொகையான டெப்பாசிட்டுகளின் அளவு 27.2 லட்சம் கோடி ரூபாய். இது பண மதிப்பு நீக்க நடவடிக்கைக்கு முன்பாக 2016 நவம்பர் மாதம் 21.8 லட்சம் கோடியாகத்தான் இருந்தது. நடவடிக்கைக்குப் பின் ஏப்ரல் 2018ல் பார்த்தால் 24% உயர்ந்திருக்கிறது.

எம்3 (M3) என்று ஒரு கணக்கு இருக்கிறது. நாட்டில் உடனடியாகப் பணமாக்கக் கூடியதாக எவ்வளவு பணம் இருக்கிறது என்பதைக் காட்டும் லிக்விடிட்டி இண்டிகேட்டர்.

எம்3யில் ரூபாய் தாள்கள் மட்டுமல்ல; வங்கிகள், தபால் நிலையங்கள், 'மணி மார்க்கெட் ஃபண்ட்ஸ்' என்று பல்வேறு அமைப்புகளிடம் இருந்தும் வைப்புத் தொகைகள் மற்றும் ரொக்கப்பணம் ஆகியவையும் இதில் அடங்கும். அதாவது வைப்பாக இருந்தாலும் அது பொருளாகவோ வேறு முதலீடு களாகவோ மாறாமல் அப்படியே பணமாக இருக்கும் தொகை.

பண மதிப்பு நீக்க நடவடிக்கை அறிவிப்பின் போது எம்3 என்பது 124 லட்சம் கோடிகளாக (124 டிரில்லியன்) இருந்தது. நடவடிக்கைக்குப் பின், மே 2018ல் 140.3 லட்சம் கோடிகளாகவும் உயர்ந்திருக்கிறது.

2018 மே மாத ஆரம்பத்தில் புழக்கத்தில் இருந்த ரொக்கப் பணம் CwP ரூ.18.8 லட்சம் கோடிகள். இது பண மதிப்பு நீக்க நடவடிக்கைக்கு முந்தைய அளவைக் காட்டிலும் 6.4% கூடுதல். இயல்பாகவே மாதா மாதம் 10 முதல் 17% வரை அதிகரிக்கக் கூடியது. அப்படிக் கணக்கிட்டுப் பார்த்தால் மே 2018ல் 18.5 லட்சம் கோடிகளாக இருந்திருக்கவேண்டும். 0.3 லட்சம் கோடி கூடுதல். அதாவது 30 ஆயிரம் கோடி ரூபாய்கள் கூடுதல். பண மதிப்பு நீக்க நடவடிக்கைக்குப் பிறகு.

6

என்ன சொல்கிறார்கள்?

கோவா, பானாஜி : நான் பிரதமர் ஆவதற்காகப் பிறக்கவில்லை.

நவம்பர் 13 அன்று கோவா விழாவில் ரூ.500, 1000 வாபஸ் பெறப்பட்டது குறித்து பிரதமர் மோடி பேசியது பின்வருமாறு.

'கருப்புப் பணத்திற்கு எதிராகப் போராடுவேன் என்ற எனது வாக்குறுதியைக் காத்து வருகிறேன். காங்கிரஸ் அரசு ஊழலுக்கு எதிராகப் போராடவில்லை. அதனால்தான் இப்போது நான் அதைச் செய்கிறேன். நான் எதையும் மறைக்கவும் இல்லை, நாட்டை இருளில் தள்ளவும் இல்லை. கருப்புப் பணம் மற்றும் ஊழலை ஒழிப்பதற்கான முக்கிய நடவடிக்கை இது. ஆனால் சிலர் இதைப் புரிந்துகொள்ளவில்லை.

இந்தியர்களின் பணம் ஏதாவது கொள்ளையடிக்கப்பட்டிருந்தால் அதை இந்தியர்களிடம் கொண்டு வந்து சேர்ப்பதே எங்களின் நோக்கம். அதனைக் கண்டறிவதும் எங்களின் கடமை. நவம்பர் 8ம் தேதி நிறைய மக்கள் இந்தியாவில் அமைதியாகத் தூங்கினர். சில இடங்களில் சிலர் மட்டுமே இப்போது வரை உறக்கமின்றி அலைகின்றனர். கருப்புப் பணத்தால் நேர்மையான மக்கள் பாதிக்கப்படக்கூடாது என்பதற்காகவே இந்த முக்கிய நடவடிக்கை.

மக்கள் இந்த அரசைத் தேர்வு செய்துள்ளனர். அவர்கள் எங்களிடம் இருந்து நிறைய எதிர்பார்க்கிறார்கள். ஊழலில் இருந்து நாட்டை விடுவிப்பதற்காக 2014ல் நிறைய மக்கள் ஓட்டளித்தனர். நிறைய எம்பிக்கள் நகை வாங்குவதற்கு பான் எண் அவசியம் என்ற கட்டுப் பாட்டை நீக்குங்கள் என என்னிடம் கூறினர். இது உங்களுக்கு அதிர்ச்சி அளிக்கலாம்.

பிரதமர் நாற்காலியில் அமர்வதற்காக நான் பிறக்கவில்லை. எனது குடும்பம், வீடு என அனைத்தையும் நாட்டிற்காகத் துறந்தேன். பினாமி பெயர்களில் இருக்கும் சொத்துகள்மீது நடவடிக்கை எடுக்கப்படும்.

கருப்புப் பணம், ஊழலுக்கு எதிரான மிகப் பெரிய நடவடிக்கை இது. நீங்கள் கேட்கலாம் கருப்புப் பண மீட்புக்கு என்ன ஆயிற்று என்று? நான் செய்யமாட்டேன் என எப்படிச் சொல்லமுடியும்? போராட்டம் இப்போதுதான் துவங்கியுள்ளது. இந்தியாவில் கருப்புப் பணத்தாலும் ஊழலாலும் பாதிக்கப்பட்ட ஏழை, எளிய மக்களைக் காக்க வேண்டியது அரசின் கடமை.

70 ஆண்டுகால நோய்

என்னை எல்லோரும் எதிர்ப்பார்கள் என்று எனக்குத் தெரியும். ஏனெனில் 70 ஆண்டுகளாக கொள்ளையடித்தே வாழ்ந்து விட்டனர். இவர்களால் எனது உயிருக்கு ஆபத்து உள்ளது. நான் எதற்கும் தயாராக இருக்கிறேன். 70 ஆண்டுகளாக இருந்த கருப்புப் பண நோய் 17 மாதத்தில் தீர்ந்துவிட்டது. மக்கள் கருப்புப் பணத்தை ஒழிக்கவேண்டும் என்பதற்காகத்தான் எங்களிடம் ஆட்சியை ஒப்படைத்தனர். இதனால் நாங்கள் கொடுத்த வாக்குறுதியை நிறைவேற்றுவோம். இன்று 2ஜி ஊழல் புரிந்தவர்கள் எல்லாம் உங்களை ஏமாற்ற உங்களுடன் ஏடிஎம்மில் வரிசையில் நிற்கின்றனர். மக்களுக்குச் சிரமத்தைத் தரும் என்று தெரியும். இருந்தும் இது இக்கட்டான தருணம். எனவே மக்கள் அளித்த ஒத்துழைப்புக்கு நன்றி தெரிவித்துக்கொள்கிறேன்.

அடுத்து, பினாமி சொத்துகள்மீது நடவடிக்கை தொடரும். நாட்டின் வளர்ச்சி வேகம் விரைவாக இருக்கும். நான் பிரதமர் நாற்காலிக்காக வரவில்லை. இந்த நாட்டிற்காக வந்துள்ளேன். இந்த நாட்டிற்காக எனது குடும்பத்தினரை இழந்தேன். டிசம்பர் 30 க்குப் பின் இன்னும் அதிரடி காத்திருக்கிறது.

ஏடிஎம்களில் வரிசையில் நிற்கும் மக்கள் மத்திய அரசிற்கு எதிரான நிலைப்பாட்டிற்காக நிற்கவில்லை. நாட்டைக் காக்கவேண்டும் என்பதற்காக, கருப்புப் பணத்தை ஒழிக்கவேண்டும் என்பதற்காக நிற்கிறார்கள்.

பிரதமர் நரேந்திர மோடி, இந்தியா திரும்பும்முன் 12.11.2016 அன்று கோபே நகர், ஜப்பானில் பேசியது பின்வருமாறு:

'கணக்கில் காட்டாமல் கருப்புப் பணம் வைத்திருப்பது கண்டு பிடிக்கப்பட்டால் சம்பந்தப்பட்ட நபரின் பழைய ஆவணங்கள் அனைத்தும் ஆய்வுக்கு உட்படுத்தப்படும்; இதற்கு தேவையான ஆள்களை பணியமர்த்துவோம்.

நியாயமாகச் சம்பாதித்து, வரி கட்டும் மக்களுக்கு எவ்வித பிரச்னையும் இருக்காது. அதேசமயம், கருப்புப் பணம் பதுக்குவோரை, அரசு சும்மாவிடாது. என்னைப் பற்றித் தெரிந்து வைத்துள்ளோர் புத்திசாலிகளாகவும் இருப்பர்; அவர்கள், ரூபாய் நோட்டுகளை வங்கிகளில் செலுத்துவதைவிட, கங்கையில் வீசுவதே பரவாயில்லை என நினைக்கின்றனர். அதனால் தான், கங்கை நதியில் ரூபாய் நோட்டுகள் மிதப்பதாகச் செய்திகள் வெளியாகியுள்ளன.

செல்லாததாக அறிவிக்கப்பட்ட நோட்டுகளை வங்கிகளில் மாற்ற டிசம்பர் 30 வரை அவகாசம் தரப்பட்டுள்ளது. அதன் பின், கருப்புப் பணம் பதுக்குவோர்மீது அதிரடி நடவடிக்கைகள் எடுக்கப்படும்.

தங்கள் குற்றங்களுக்கு அவர்கள் தண்டனை அனுபவித்தே தீரவேண்டும். கருப்புப் பணத்தை ஒழிக்கும் முயற்சியாக பழைய, 500, 1000 ரூபாய் நோட்டுகளைச் செல்லாததாக அரசு அறிவித்ததற்கு மக்கள் வரவேற்பு அளித்துள்ளனர்.

பல்வேறு சிரமங்கள் ஏற்பட்டாலும் இந்த நடவடிக்கையை வரவேற்கும் மக்களுக்கு வணக்கம் செலுத்துகிறேன். ஆறு மணி நேரம் வங்கியில் வரிசையில் காத்திருந்தாலும், நாட்டு நலன் கருதி, இத்திட்டத்தை மக்கள் ஏற்றுக்கொண்டுள்ளனர். இந்தத் திட்டம் குறித்து நீண்ட நாளாக யோசித்தேன்; மக்கள் எதிர்கொள்ளக்கூடிய சிரமங்களையும் யோசித்தேன் . திட்டம் தொடர்பான தகவல்களை ரகசியம் காக்கவேண்டிய கடமையும் இருந்தது. திடீரென, இதை அமல்படுத்தவேண்டிய கட்டாயம் உள்ளது. இதற்கு, மக்கள் மத்தியில் இந்தளவு வரவேற்பு கிடைக்கும் என எதிர் பார்க்கவில்லை.'

‘திட்டமிட்டுதான் செய்யப்பட்டிருக்கிறது’,
ஆர் காந்தி, முன்னாள் ரிசர்வ் வங்கி துணை இயக்குநர்

2016 பண மதிப்பு நீக்க நடவடிக்கை திட்டமிட்ட செயல் என்பவர்கள் சொல்லுகிற காரணங்களில் ஒன்று 2016 நவம்பருக்கு முன்பாகவே மத்திய அரசு பிரதான் மந்திரி ஜன் தன் யோஜனா இந்தத் திட்டத்தை அறிமுகப்படுத்தி குறைந்த வருமானம் உள்ள மக்களை, அதாவது கிட்டத்தட்ட ஒன்றரை கோடி நபர்களை வங்கிக் கணக்குகளை ஆரம்பித்து வைத்தார்கள் என்பதுதான்.

16 மே 2018 நிலவரப்படி 2 கோடியே 19 லட்சம் ஜன்தன் கணக்கில் ரூபாய் 380 பில்லியன் ரூபாய் என்றால் பண மதிப்பு நீக்க நடவடிக்கைக்கு முன்பாகவே பல்வேறு சாதாரண மக்கள் வங்கிகளுக்கும் கொண்டுவரப்பட்டு இருக்கிறார்கள்.

அதன்பின் 2016 ஜூன் 1ம் தேதி முதல் இன்று வரை சென்று கையில் வைத்திருக்கும் கணக்கில் காட்டாத பணத்தை அபராதம் இல்லாமல் கட்ட வாய்ப்பு கொடுக்கப்பட்டது.

வரி மட்டும் கட்டினால் போதும் என்று சொன்னார்கள். அவர்கள் யார் என்கிற அடையாளமும் வெளியே தெரிவிக்கப்படாது என்றார்கள். அந்தத் திட்டத்தின் கீழ் 62 ஆயிரத்து 250 கோடி ரூபாய் கணக்கில் காட்டப்படாத பணம் வெளிவந்தது.

மூன்றாவதாக, எவரும் எதிர்பாராத விதமாக 500 மற்றும் 1000 ரூபாய் தாள்கள் பண மதிப்பு நீக்கம் செய்யப்பட்டன.

எகனாமிக் டைம்ஸ் மேற்கொண்ட ஓர் ஆய்வின்படி 82 சதவிகித இந்தியர்கள் பண மதிப்பு நீக்க நடவடிக்கைக்கு ஆதரவு தெரிவித்திருந்தார்கள். கருப்புப் பணத்தை ஒழிக்க இது ஒரு அற்புதமான நடவடிக்கை என்று பாராட்டியிருந்தார்கள்.

ஆக இவையெல்லாம் காட்டுவது இந்த நடவடிக்கை ஓர் இரவில் அல்லது ஓரிரு வாரங்களில் எடுக்கப்பட்ட முடிவல்ல. மாதக்கணக்கில் இதற்காகத் திட்டமிட்டிருக்கிறார்கள்.

டிவிட்டர்

23 நவம்பர் 2016 அன்று பிரதமர் நரேந்திர மோடி தனது டிவிட்டரில் பண மதிப்பு நீக்க நடவடிக்கை குறித்து நடத்திய சர்வேயின் முடிவுகளை வெளியிட்டு, நடவடிக்கையை ஆதரிக்கும் மக்களுக்கு நன்றி சொல்லியிருந்தார்.

இந்தியாவில் கறுப்புப் பணம் இருக்கிறது என்று நினைப்பவர்கள்	*90%*
ஊழல் மற்றும் கருப்புப் பணத்தைப் போராடி ஒழிக்கவேண்டும் என்று நினைப்பவர்கள்	*99%*
கறுப்புப் பணத்துக்கு எதிரான அரசின் நடவடிக்கை அற்புதம் என்று நினைப்பவர்கள்	*90%*
மோடி அரசாங்கத்தின் ஊழலக்கு எதிரான முயற்சிகள் நன்று/மிக நன்று என்று நினைப்பவர்கள்	*92%*
மோடி அரசு 500,1000 ரூபாய்த் தாள்கள் செல்லாது என்று அறிவித்ததை ஆதரிப்பவர்கள்	*90%*
பண மதிப்பு நீக்க நடவடிக்கை, ஊழல், தீவிரவாதம் மற்றும் கறுப்புப் பணத்தை ஒழிப்பதில் நல்ல தாக்கத்தை ஏற்படுத்தும் என்று நினைப்பவர்கள்	*92%*

சரித்திர முக்கியத்துவம் வாய்ந்த இந்த ஆய்வில் கலந்து கொண்டவர்களுக்கு நன்றி. ஆழமான அபிப்பிராயங்களையும் கருத்துகளையும் படிக்கத் திருப்தியாக இருக்கிறது. நரேந்திர மோடி.

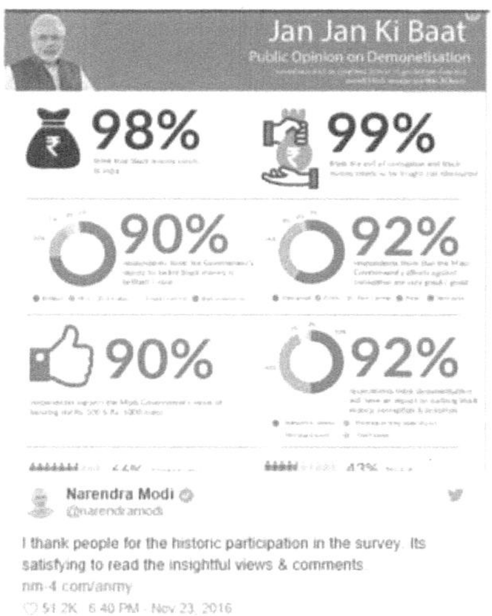

ப. சிதம்பரம்

29 ஆகஸ்ட் 2018 அன்று 99.3% பணம் திரும்ப வந்துவிட்டது என்று ரிசர்வ் வங்கியின் அறிக்கையில் குறிப்பிடப்பட்டிருந்தது. அதைப் பார்த்ததும் முன்னாள் மத்திய நிதி அமைச்சரும் காங்கிரஸ் கட்சியின் தலைவர்களில் ஒருவருமான பி. சிதம்பரம் டிவிட்டரில் கீழ்வருமாறு பதிவு செய்தார்.

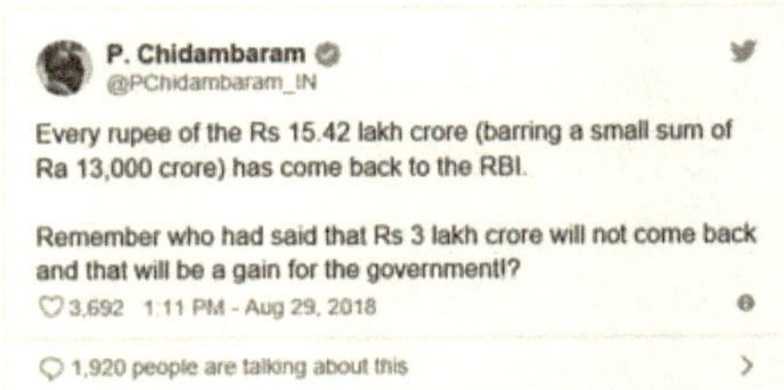

'15.42 லட்சம் கோடியின் ஒவ்வொரு ரூபாயும் (13,000 என்ற சிறிய தொகையைத் தவிர) ரிசர்வ் வங்கிக்குத் திரும்ப வந்துவிட்டது. மூன்று லட்சம் கோடி ரூபாய் திரும்ப வராது. அது அரசுக்கு லாபமாக இருக்கும் என்று யார் சொன்னது என்று நினைவிருக்கிறதா?' மேலும், 'வராமல் போனதாகச் சொல்லப் படும் நோட்டுகள் அயல் நாடுகளான நேபாளிலும் பூட்டானிலும் புழக்கத்தில் இருந்தவையாக இருக்கலாம். அல்லது தொலைந்து போனவையாக, கிழிந்துபோனவையாக இருக்கலாம்'.

டிபார்ட்மெண்ட் ஆஃப் எகனாமிக் அபயர்ஸ் செயலாளர் சுபாஷ் சந்த்ரா கார்க்

பண மதிப்பு நீக்க நடவடிக்கை, கருப்புப் பணம் , கள்ளப் பணம் மற்றும் தீவிரவாதிகளுக்குக் கொடுக்கப்படும் பணம் ஆகிய வற்றை ஒழிப்பது ஆகிய நோக்கங்களை அடைந்துவிட்டது என்று நான் நினைக்கிறேன்.

முன்பு வங்கிகளுக்கு வராமல் சுற்றிக்கொண்டிருந்த 3 லட்சம் கோடி ரூபாய் இப்போது வங்கிகளுக்கு வந்துசேர்ந்துவிட்டன. இது நாட்டின் பொருளாதார வளர்ச்சிக்கு உதவும்.

தற்சமயம் புழக்கத்தில் இருக்கும் ரொக்கப் பணம் 87-88 சதவிகிதம். பழைய முறையிலேயே தொடர்ந்திருந்தால் எவ்வளவு ரொக்கம் இருக்குமோ அதைக் காட்டிலும் 3 அல்லது 4 லட்சம் கோடிகள் குறைவு.

பாரத ஸ்டேட் வங்கியின் குரூப் சீஃப் எகனாமிக் அட்வைசர், சௌமியா காண்ட்டி கோஷ்

மார்ச் 2018ல் புழக்கத்திலிருக்கும் ரொக்கம் 18.03 லட்சம் கோடி என்பது மார்ச் 2016 ஐவிட 9.9% அதிகம். இதில் 500 மற்றும் 2000 ரூபாய் நோட்டுகளின் அளவு மட்டும் 80.6%. இது பண மதிப்பு நீக்க நடவடிக்கையின்போது இருந்த 86.4% என்பதைக் காட்டிலும் 5.8 சதவிகிதம் அல்லது ரூபாய் மதிப்பில் லட்சம் கோடி குறைவு.

பண மதிப்பு நீக்க நடவடிக்கையின் இரண்டாம் ஆண்டு நாளில் நிதியமைச்சர் அருண் ஜேட்லி

இந்தியாவின் உள்நாட்டு உற்பத்தி ஜிடிபி, குறைந்தபட்சம் 2 சதவிகிதம் அளவு குறைந்துவிடும் என்று சொன்ன ஜோசியக் காரர்கள் எங்கே? தொடர்ந்து ஐந்தாவது ஆண்டாக இந்தியாதான் உலகத்திலேயே மிக வேகமாக வளர்ந்த பெரிய பொருளாதாரமாக இருக்கிறது. அவர்கள் தொடர்ந்து தவறு என்று நிரூபிக்கப் பட்டுக்கொண்டே இருக்கிறார்கள்.

திரு. நரேந்திர மோடி 2014 ஆம் ஆண்டு மே மாதம் இந்தியாவின் பிரதமரானபோது வருமான வரித் தாக்கல் செய்பவர்களின் எண்ணிக்கை 3.79 கோடியாக 2013-14ல் இருந்தது. அந்த எண்ணிக்கை 2017-18ல் 6.84 கோடியாக உயர்ந்திருக்கிறது. இந்த அரசு அதனுடைய ஆண்டுகளை நிறைவு செய்யும்போது மூன்று மடங்காக வருமான வரி கணக்கு தாக்கல் செய்வோர் எண்ணிக்கை அதிகரிக்கும்.

பண மதிப்பு நீக்க நடவடிக்கை தோல்வியடைந்துவிட்டது, மொத்தப் பணமும் திரும்பவந்துவிட்டது என்கிறார்கள். பண மதிப்பு நீக்க நடவடிக்கையின் நோக்கம் எல்லாவற்றையும் முறைப்படுத்தப்பட்ட பொருளாதாரத்திற்குக் கொண்டுவருவதும் ரொக்கப் புழக்கத்தைக் குறைப்பதுமே ஆகும். அதிலிருந்து மின்னணுப் பணப் பரிமாற்றத்திற்கு மாறுவதற்கு ஒரு பெரிய அடி தேவைப்பட்டது.

இந்த நடவடிக்கை டிஜிட்டல் பணப் பறிமாற்றம் அதிகரிக்க உதவியிருக்கிறது. அதன்மூலம் இப்போது ரூபே மற்றும் யுபிஐ அட்டைகள், மாஸ்டர் கார்ட் மற்றும் விசா அட்டைகளைப் பின் தள்ளி அதிக அளவில் பயன்படுத்தப்படுகின்றன.

கருப்புப் பணத்தை பொறுத்தவரை முன்பு வங்கிக்கு வராத சுமார் ரூ. 3 லட்சம் கோடி பண மதிப்பு நீக்க நடவடிக்கையால் வந்திருக்கிறது. அதில் கருப்புப் பணம் ரூ. 2 லட்சம் கோடி.

டெபாசிட் செய்யப்பட்டதில் 1.75 லட்சம் கோடி பணம் சந்தேகத்துக்கு இடமாக இருக்கிறது. மேலும் டெபாசிட் செய்தவர்களில் 18 லட்சம் பேர் அவர்கள் வருமானத்தைக் காட்டிலும் கூடுதலாக டெபாசிட் செய்திருக்கிறார்கள். அவற்றை வருமான வரித் துறையினர் விசாரித்து மேல் நடவடிக்கை எடுக்க இருக்கிறார்கள்.

மன்மோகன் சிங்

பெரும்பாலும் காலம் எதையும் சரிப்படுத்திவிடும் என்பார்கள். ஆனால், துரதிஷ்டவசமாக பண மதிப்பு நீக்க நடவடிக்கையில் ஏற்பட்ட காயங்கள் முன்பைக் காட்டிலும் பிரதானமாகத் தெரிகிறது.

இனியாவது மோடி அரசாங்கம் புத்திசாலித்தனமாக நடந்து கொண்டு வழக்கத்திற்கு மாறான குறுகிய காலப் பொருளாதார நடவடிக்கைகளை எடுத்து பொருளாதாரத்திலும் நிதி சந்தைகளிலும் நிச்சயமற்ற நிலையை உருவாக்கக்கூடாது என்று இந்த அரசாங்கத்தைக் கேட்டுக்கொள்கிறேன். உங்களுடைய பொருளாதாரக் கொள்கைகளில் நிச்சயத்தன்மை இருக்கும்படியும் வெளிப்படையாகத் தெரியுமாறும் பார்த்துக்கொள்ளுங்கள்.

இந்த நடவடிக்கையின் தாக்கம் இன்னமும் முழுவதுமாகப் புரிந்துகொள்ளப்படவில்லை.

முன்னாள் ரிசர்வ் வங்கி துணை ஆளுநர் சக்ரபர்த்தி

UPA II அரசாங்கம் பணமதிப்பு நீக்கம் செய்ய புரபோசல் கொடுத்தார்கள். நாங்கள் (ரிசர்வ் வங்கி) நிராகரித்துவிட்டோம்.

7

மக்கள் மனதில் எழும் கேள்விகள்

இது 'இமாலயத் தவறு' என்று பண மதிப்பு நீக்க நடவடிக்கை அறிவிக்கப்பட்டவுடன் தெரிவித்த முன்னாள் பிரதமர் மன்மோகன் சிங், இரண்டு ஆண்டுகள் முடிந்த பிறகும் அந்த நடவடிக்கையின் வடுக்கள் போகவில்லை என்கிறார்.

மொத்தப் பணமும் உங்கள் எதிர்பார்ப்புக்கு மாறாக திரும்ப வந்துவிட்டது. பின் எதற்காக இதைச் செய்தீர்கள்? என்று கேட்கிறார் முன்னாள் நிதி அமைச்சர் ப சிதம்பரம்.

பண மதிப்பு நீக்க நடவடிக்கை வெற்றிதான் என்கிறார்கள் பிரதமர் மோடியும் நிதியமைச்சர் அருண் ஜேட்லியும்.

பண மதிப்பு நீக்க நடவடிக்கை குறித்து பத்திரிக்கைகளும் தொலைக்காட்சிகளும் விவாதங்கள் செய்து, செய்து அலுத்து விட்டன. இப்படிச் சிலர், அப்படிச் சிலர் என பண மதிப்பு நீக்க நடவடிக்கை குறித்து விமரிசனங்கள் செய்கிறார்கள்.

இவற்றுள் யார் சொல்வது சரி, யார் சொல்வது தவறு என்று சரியாகப் புரிந்துகொள்ள முடிவெடுப்பது பலருக்கும் சிரமமாக இருக்கலாம்.

பண மதிப்பு நீக்க நடவடிக்கை பற்றிப் பொதுவெளியில் கிடைக்கிற தகவல்களை ஒழுங்குப்படுத்திப் பார்த்தால் தெளிவு அதிகரிக்கலாம் என்ற எண்ணத்தில், இந்தப் பகுதி கேள்வி பதில் பகுதியாக அமைக்கப்பட்டிருக்கிறது.

7.1 பணமதிப்பு நீக்கம் அறிவிக்கப்பட்டவுடன் ஏன் பல தரப்பினரும் வரவேற்றார்கள்?

தினசரி பயன்படுத்திக்கொண்டிருக்கும் இரண்டு உயர் மதிப்பு ரூபாய் தாள்களை இன்று இரவுமுதல் செல்லாது என்று அறிவித்தால் மக்களுக்கு அதிர்ச்சி மட்டும்தானே ஏற்பட வேண்டும்? ஆனால், தன்னிச்சையாகப் பல மாநில முதல்வர்களும் கட்சித் தலைவர்களும் கார்ப்பரேட் முதலாளிகளும் அறிவிப்பை வரவேற்றார்கள்.

அதைவிட வியப்பு, பொருளாதார நிலையிலும் கல்வி அறிவிலும் பல்வேறுபட்ட நிலைகளில் இருக்கும் பொது மக்களில் கணிசமான பகுதியினரும் அந்த அறிவிப்பை வரவேற்றார்கள். குறிப்பாக இளையோரும் ஏழைகளும்.

இதற்கு காரணம், மக்கள் மனதில் மெல்ல மெல்லப் பதிந்து போன சில எண்ணங்கள்தாம். எத்தகைய எண்ணங்கள்?

- வரி கட்டவேண்டியவர்கள் அனைவரும் வருமான வரி கட்டுவதில்லை.
- கட்டுபவர்களும் முறையாகக் கணக்குக் காட்டுவதில்லை.
- நாட்டில் லஞ்சமும் ஊழலும் பெருகிவிட்டன. பெரும்பாலான இடங்களில் லஞ்சம் ரூபாயாகவே கட்டுக்கட்டாகக் கொடுக்கப்படுகிறது.
- பலரும் கணக்கில் காட்டாத கருப்புப் பணத்தைக் கட்டுக் கட்டாக வீடுகளிலும் பிற இடங்களிலும் மறைத்து வைத்திருக்கிறார்கள்.
- வருமான வரித் துறையினர், சிபிஐ, போலீஸ் போன்ற அரசு துறைகளால் இந்த கருப்புப் பணத்தை ஓரளவே வெளிக்கொணர முடிகிறது.
- லஞ்சம், ஊழல், வரி ஏய்ப்பு செய்கிறவர்கள் தண்டிக்கப்படுவதில்லை. அவர்கள் ஆடம்பரமாக வாழ்கிறார்கள்.
- நாட்டில் போலி ரூபாய் நோட்டுகள் புழங்குகின்றன. குறிப்பாக ரூ. 500 தாள்களில் கள்ளப் பணம் சுற்றுகிறது.
- ஜம்மு காஷ்மிரில் அவ்வப்போது தீவிரவாதிகள் ஊடுருவுகிறார்கள்.

பண மதிப்பு நீக்க நடவடிக்கைக்கு முன்பு மக்களிடையே நிலவிய நம்பிக்கைகள் இவை. புதிதாக ஆட்சிக்கு வந்த பிரதமர் உள்பட அவரது கட்சியினருக்கும் இந்த நம்பிக்கைகள் இருந்திருக்கும் அல்லவா?

மேற்சொன்னவை தவிர மக்களிடம் முக்கியமாக மற்றொரு நம்பிக்கையும் இருந்திருக்கிறது. (இப்போது மேலும் வலுப் பெற்றிருக்கிறது). அது, 'இதை எல்லாம் ஒழிக்க முடியாது' என்பதுதான்.

இந்த எண்ணங்கள் இருந்ததால்தான் பெரும்பாலான மக்கள் தங்களுடைய சிரமங்களையும் நஷ்டங்களையும் பொருட்படுத் தாமல், அறிவிப்பைத் தன்னெழுச்சியாக வரவேற்றார்கள்.

ஆனால், இவற்றையெல்லாம் ஒழிக்கமுடியாது என்ற நம்பிக்கையில் புதிய ஆட்சியாளர்களில் சிலர் வேறுபட்டிருக் கிறார்கள். 'எங்களால் முறைகேடுகளை ஒழிக்கமுடியும்' என்று நினைத்திருக்கிறார்கள். அதனால்தான் பண மதிப்பு நீக்க நடவடிக்கையை மக்கள் எப்படி எடுத்துக்கொள்வார்களோ என்றெல்லாம் அவர்கள் அஞ்சவில்லை.

'எங்களால்' என்று பன்மையில் சொன்னாலும், ஆட்சியாளர்கள், கட்சிக்காரர்கள், அரசு அதிகாரிகள் என்று பல்வேறு தரப்பினருக்கும் தெரியாமல்தான் அறிவிப்பு வெளியிடப்பட்டது என்று நம்புவதற்கு முகாந்திரங்கள் இருக்கின்றன. காரணம், அவர்களும் சேர்ந்தே அதிர்ச்சி அடைந்திருந்தார்கள். ஆட்சியாளர் களிடம் அதிக ஆர்ப்பாட்டம் இல்லையே தவிர பெரிய ஆதரவுக் குரல்களும் இல்லை.

ஆக கட்சிக்காரர்கள், ஆட்சியாளர்கள் எவரிடமும் தெரிவிக்காமல், பிரதமர், ரிசர்வ் வங்கி உள்பட அவர் அலுவலத்திலும் நிதித் துறையிலும் இருக்கும் விரல்விட்டு எண்ணக்கூடிய சிலருக்கு மட்டுமே இந்த முடிவு தெரிந்திருக்கிறது.

7.2. எத்தகைய எண்ணங்களுடன் பிரதமர் இந்த நடவடிக்கையை எடுத்திருப்பார்?

முறைகேடுகளைத் தன்னால் ஒழிக்கமுடியும் என்று கண்டிப்பாக பிரதமர் மோடி நினைத்திருக்கிறார். அவர் மனதில் கீழ்கண்ட எண்ணங்கள் ஓடியிருக்கலாம்.

‘அறுபது ஆண்டுகால காங்கிரஸ் ஆட்சியில் நாடு முன்னேற வில்லை. நாட்டில் கருப்புப் பணம் தவிர கள்ளப் பணமும் தாராளமாகப் புழங்குகிறது.

தேர்தல்களில் பணம் விளையாடுகிறது. ஓட்டுக்குப் பணம் கொடுப்பது அதிகரித்துவிட்டது. பஞ்சாப், உத்தரப் பிரதேசம் போன்ற மாநிலங்களில் தேர்தல் வருகிறது. யார் ஆட்சிக்கு வருவது என்பதைப் பணம் முடிவு செய்யும் வாய்ப்பு இருக்கிறது.

ஜம்மு காஷ்மிரில் தினந்தோறும் பிரச்னை. ராணுவ வீரர்கள்மீது பாகிஸ்தான் தீவிரவாதிகள் தாக்குதல் போக, அவர்கள்மீது அந்த மாநில இளைஞர்களே கல்லெறித் தாக்குதல் செய்கிறார்கள். அதற்குக் காரணம், தீவிரவாதிகள் அவர்களுக்குக் கொடுக்கும் ‘தினக்கூலி’ பணம் என்பது பாகிஸ்தானில் அச்சடிக்கப்பட்ட போலிப் பணம்.

அரசின் வருவாய்க்கும் செலவிற்கும் நடுவே பெரிய இடைவெளி. பட்ஜெட் பற்றாக்குறை. வரிகளை உயர்த்தி வருமானத்தை அதிகரிக்க முடியவில்லை. செலவுகளையும் குறைக்கமுடியாது. பல லட்சம் கோடிகளில் அரசுக்குக் கடன், அதற்குக் கட்டவேண்டிய வட்டி. அரசுக்கு பணம் வேண்டும். அது வேறு ஏதாவது வழிகளில் வந்தால் உதவியாக இருக்கும்’.

7.3. பிரதமர் சொன்ன காரணங்கள் சரியானவையா?

பிரதமர் சொன்ன பிரதான காரணங்கள் மூன்று. முதலாவது கருப்புப் பணத்தை ஒழிப்பது. இரண்டாவது, கள்ளப் பணத்தை ஒழிப்பது. மூன்றாவது தீவிரவாதிகளுக்குக் கிடைக்கும் பணத்தை ஒழிப்பது.

அரசு அதிகாரப்பூர்வ தகவல்களை கெஜெட்டில் வெளியிடும். 2016 பண மதிப்பு நீக்கம் குறித்து கெஜெட்டில் தெரிவிக்கப்பட்ட நோக்கங்கள் Gazette notification (Ministry of Finance 2016) பின்வருமாறு. (1) போலி நோட்டுகளின் தொல்லையைக் குறைப்பது (2) உயர் மதிப்புத் தாள்களில் சேர்த்து வைக்கப் பட்டிருக்கும், கணக்கில் காட்டப்படாத, வரி ஏய்ப்பு செய்த பண மதிப்பை அழிப்பது. (3) உயர் மதிப்புத் தாள்களை வைத்து தீவிரவாதத்துக்கு நிதி கொடுக்கப்படுவதைத் தடுப்பது.

இந்த மூன்றும் நாட்டில் இருக்கிறதா என்பது குறித்து பொதுவெளியில் கிடைக்கும் சில தகவல்கள்.

7.3.1 நாட்டில் கருப்புப் பணம் இருக்கிறதா?

டிசம்பர் 2014ல் பாஜக ஆட்சிக்கு வந்தாயிற்று. அப்போது வந்த ஒரு செய்தி இது. 'இந்தியாவில் இருக்கும் கருப்புப் பணம், வெளி நாடுகளில் பதுக்கி வைத்திருப்பதைக் காட்டிலும் குறைவானது அல்ல' என்று சிஐஐ நடத்திய கூட்டம் ஒன்றில் கலந்துகொண்ட நடுவண் அரசின் வருவாய்த்துறை செயலாளர் சக்தி காந்தாதாஸ் கூறினார்.

இப்படி அவர் சொன்னதாக செய்தி வெளிவந்த தினத்துக்கு ஒருநாள் முன்புதான், '2003ம் ஆண்டில் இருந்து 2012ம் ஆண்டுவரை கணக்கில் வராமல் வெளிநாடுகளுக்கு இந்தியாவில் இருந்து அனுப்பி வைக்கப்பட்ட பணத்தின் அளவு 439 பில்லியன் அமெரிக்க டாலர்கள் ஆக இருக்கலாம்' என்று வாஷிங்டன் டி.சியில் இயங்கும் குளோபல் பைனான்ஷியல் இண்டக்ரிட்டி என்ற ஆய்வு நிறுவனத்தின் அறிக்கை வெளிவந்திருந்தது.

மேலும் அதே அறிக்கை, 2012ம் ஆண்டு மட்டும் 94.8 பில்லியன் அமெரிக்க டாலர் வெளிநாடுகளுக்கு அனுப்பி வைக்கப் பட்டிருக்கலாம் என்று தெரிவித்தது. இரண்டு வழிகளில் தவறாக சம்பாதிக்கப்பட்ட பணம் வெளிநாடுகளுக்குப் போகிறது. முதல் வழி, தவறான இன்வாய்சிங் (கூடுதலாகவோ குறைச்சலாகவோ போடப்படும் பில்கள்). இரண்டாவது வழி, வெளிநாடுகளுடன் செய்யும் ஏற்றுமதி இறக்குமதியில் செய்யும் தகிடுதத்தங்கள் (leakages in balance of payments known as hot money narrow outflows).

இந்த அறிக்கை வரும் நேரத்தில் உச்ச நீதிமன்ற வழிகாட்டுதல்படி, நடுவண் அரசு ஒரு சிறப்பு ஆய்வுக் குழுவை (ஸ்பெஷல் டாஸ்க் போர்ஸ்) அமைத்தது. அந்தக் குழு பிரான்ஸ் தேசம் கொடுத்த தகவலின் அடிப்படையில், ஜெனிவாவில் இயங்கும் ஹெச்எஸ்பிசி வங்கிக் கணக்கில் பணம் போட்டு வைத்திருக்கும் 6,280 இந்தியர்கள் குறித்து விசாரித்து வந்தது.

சிறப்புப் புலனாய்வுக் குழு உச்ச நீதிமன்றத்திடம் சமர்ப்பித்த அதன் இரண்டாவது அறிக்கையில் ஹெச்எஸ்பிசி பட்டியலில் இருப்பவர்களில் சிலர் சுவிஸ் வங்கியில் ரூ.4,479 கோடி போட்டு வைத்திருப்பதாக தகவல் கொடுத்தது. மேலும் 628 நபர்களில் 201 பேரை, அவர்கள் யார் என்றே கண்டுபிடிக்க இயலவில்லை. அவர்கள் வெளிநாடு வாழ் இந்தியர்களாக இருக்கலாம் என்றும்

தெரிவித்தது. மீதம் இருக்கும் 427 நபர்கள்மீது விசாரணை நடத்தலாம் என்றும் தெரிவித்தது.

26 அக்டோபர் 2016 அன்று ஒரு செய்தி. அதாவது பண மதிப்பு நீக்க நடவடிக்கைக்கு இரண்டு வாரங்களுக்கு முன்பாக 'வருமான வரித் துறை 38 ஆயிரம் கோடி வரி ஏய்ப்பைக் கண்டுபிடித்திருக்கிறது' என்று ஶ்ரீமி சௌத்ரி 18 டிசம்பர் 2014 அன்று பிசினஸ் ஸ்டாண்டர்டில் எழுதுகிறார்.

சுமார் ஆயிரம் நிறுவனங்கள் சேர்ந்து 38,000 கோடி வரி ஏய்ப்பு. அந்த நிறுவனங்களைச் சேர்ந்த 147 அலுவலர்களுக்கு நோட்டீஸ் அனுப்பியது வருமான வரித் துறை.

டெல்லி ஜவாஹர்லால் நேரு பல்கலைக்கழகத்தின் பேராசிரியர் அருண்குமார் சொல்வது. 'இந்தியக் கருப்புப் (இணை) பொருளாதாரத்தில், நாட்டின் மொத்த உள்நாட்டு உற்பத்தியில் 50% இருப்பதாக ஒப்புக்கொள்கிறார்கள். அப்படியானால் ஜிடிபியான 130 லட்சம் கோடியில் பாதி அளவான 65 லட்சம் கோடி கருப்புப் பணம். இது அனைத்தும் வெளிநாட்டு வங்கிகளில் போக வாய்ப்பு இல்லை. இதில் ஒரு 10% வெளிநாட்டில் கொடுக்கப்பட்டிருக்கலாம். மீதி இந்தியாவில்தான் சுற்றிக்கொண்டிருக்கிறது.

மத்திய அரசின் பொது நிதியியல் பற்றி ஆய்வுகள் மேற்கொள்ளும் NIPFP (National Institute for Public Finance and Policy) என்ற அமைப்பு 2014-ல் இந்தியாவிலுள்ள மொத்த கருப்பு பணத்தின் அளவு இந்தியாவின் ஜிடிபியில் 75 சதவிதம் என்று மதிப்பீடு செய்து அந்த அறிக்கையை மன்மோகன் சிங் பிரதமராக இருந்தபோதே மத்திய அரசுக்குக் கொடுத்தது. ஏனோ அந்த அறிக்கை வெளியிடப்படவில்லை என்கிறார் சென்னைப் பல்கலைக் கழகத்தின் பேராசிரியர் சிவஞானம்.

7.3.2 கார்பரேட் நிறுவனங்கள் வரி ஏய்ப்பு செய்கின்றனவா? எப்படி?

தனி நபர்கள் செய்யும் லஞ்சம், ஊழல் மற்றும் வரி ஏய்ப்புகள் கருப்புப் பணம் சேர்வதற்கு ஒரு காரணம் என்றால் நிறுவனங்கள் செய்யும் தகிடுதத்தங்கள் மற்றொரு காரணம்.

நிறுவனங்கள் தவறாகக் கணக்கு காட்டி அல்லது கணக்கில் காட்டாமல் நிறுவன முதலாளிகளுக்குக் கருப்புப் பணமாக, பணம் சேர்க்கின்றன. இந்தியாவில் மட்டுமல்ல, வளர்ந்த நாடுகள் உள்பட பல்வேறு நாடுகளிலும் இதுதான் நிலை. கார்பரேட்

நிறுவனங்கள் செலுத்தவேண்டிய வரியைக் கட்டாமல் ஏய்ப்பதால் சிரமத்துக்கு உள்ளாகியிருக்கும் நாடுகள் பல.

வேர்ல்ட் எகனாமிக் ஃபாரம், பனாமா பேப்பர்ஸ், UNWINDER கொடுக்கும் தகவல்களின்படி அமெரிக்காவில்தான் மிக அதிகமான கார்பரேட் வரி ஏய்ப்பு நடக்கிறது.

நாடு	தேர்ந்தெடுக்கப்பட்ட நாடுகளில்-கார்பரேட் வரி கட்டாமல் விடப்படும் உத்தேசத் தொகை - ஆண்டு ஒன்றுக்கு பில்லியன் $*
அமெரிக்கா	188.8
சீனா	66.8
ஜப்பான்	46.8
இந்தியா	41.2
பிரான்ஸ்	19.8
ஜெர்மனி	15
ஆஸ்திரேலியா	6.1
ஸ்பெயின்	5.5
தென் கொரியா	1.1
பிரிட்டன்	1.1

* ஒரு பில்லியன் டாலர் என்பது 2018 நவம்பரில் 7,300 கோடி ரூபாய்.

பட்டியலில் இந்தியாவும் உண்டு என்பதைக் கவனித்திருக்கலாம். ஆண்டுக்கு சுமார் 41.2 பில்லியன் டாலர்கள் வரி ஏய்ப்பாம். 3 லட்சத்து 760 கோடி ரூபாய்.

இவ்வளவு வரி ஏய்ப்பா செய்யமுடியும் என்று கேட்கலாம். எல்லாவற்றுக்கும் வழிகள் இருக்கின்றன.

நாட்டில் உற்பத்தி செய்யும் பொருட்களுக்கு மற்றும் விற்பனை செய்யும் பொருட்களுக்கு கலால் மற்றும் ஜிஎஸ்டி வரி கட்ட வேண்டும். அதேபோல வழங்கப்படும் சேவைகளுக்கும் ஜிஎஸ்டி வரி கட்டவேண்டும். எவ்வளவு உற்பத்தி, எவ்வளவு விற்பனை என்பதைக் குறைத்துக் காட்டும் நிறுவனங்களும் உண்டு.

அவர்கள் செய்வது வரிஏய்ப்பு. அதனால் கிடைக்கும் லாபத்தை கணக்கில் காட்டுவதில்லை. அது வருமான வரித்துறையிடம்

காட்டப்படாத இரண்டாவது கணக்கு. அதில் சேரும் பணம் கருப்புப் பணம். அதேபோல பலரும் அவர்களுக்கு வரும் வருமானம் முழுவதையும் கணக்கில் காட்டுவதில்லை. காட்டாத பணம், காட்டாத கணக்கில் கருப்பாக இருக்கும்.

இவையெல்லாம் தவிர நிறுவனங்கள் வரியை ஏமாற்றுவதற்கு மற்றொரு வழியும் வைத்திருக்கின்றன. அந்த வழி, மேலோட்டமாகப் பார்த்தால் தவறு போலத் தெரியாத வழி. இரட்டை வரி விதிப்பு தவிர்ப்பு ஒப்பந்தம் (Double Tax Avoidance Agreement - DTAA) என்று தொலைக்காட்சி செய்திகள் வழியாக கேள்விப் பட்டிருப்பீர்களே அதுவேதான்.

இந்தியாவில் இருக்கும் ஒருவர் தன்னுடைய நாட்டில் நிறுவனம் தொடங்காமல், எங்கள் நாடுகளுக்கு வாருங்கள் என்று அழைத்து, அங்கிருந்தபடியே இந்தியாவில் ஒரு வெளிநாட்டு நிறுவனமாகச் செயல்படுவார்கள். அப்படிச் செய்தால் அது வெளிநாட்டு நிறுவனம். குறிப்பாக DTAA கையெழுத்து இடப்பட்ட நாட்டில் இருக்கிற நிறுவனம் என்றால் அவர்கள் இந்தியாவில் வரி கட்டத் தேவையில்லை. அதே சமயம் அந்த வெளிநாட்டிலும் வரி இல்லாமல் இருக்கலாம். அப்படி இருந்தால், குறிப்பிட்ட நிறுவனத்திற்கு வரித் தொகை முழுவதும் லாபம்.

உதாரணத்திற்கு ஒரு வெளிநாட்டு நிறுவனம் இந்தியாவில் பங்கு வாங்குகிறது, விற்கிறது. லாபம் பார்க்கிறது. அது முதலீட்டு ஆதாயம், காப்பிடல் கெயின்ஸ் என்பதால் அதன்மீது இந்தியாவில் காப்பிடல் கேய்ன்ஸ் டேக்ஸ் கட்டவேண்டும். அந்த நிறுவனம் மொரீஷியஸ் போன்ற DTAA நாடாக இருந்தால், அங்கும் வரி கிடையாது. ஆக, அந்த நிறுவனத்திற்கு முதலீட்டு ஆதாய வரி இல்லை. *2000* முதல் *2015* வரை இந்தியாவிற்குள் வந்த அந்நிய நேரடி முதலீட்டு தொகை எஃப்டிஐ ஒன்றில் மூன்றில் ஒரு பகுதி *93.5* பில்லியன் டாலர் மொரீஷியஸ் நாட்டின் வழியாகத்தான் வந்திருக்கிறது.

2014 பாஜக அரசு வந்த பின் மொரீஷியஸ் நாட்டுடன் இருந்த இந்த ஒப்பந்தத்தை மாற்றியமைத்து இருக்கிறது. அதனால், அப்படிப் பட்ட நிறுவனங்களுக்கு இந்தியாவில் வரி உண்டு.

இதுபோல் வரிச் சலுகைகள் வங்கி டெபாசிட்டுகளுக்கு பிடிக்கப்படும் TDSக்கும் உண்டு.

எங்கள் நாட்டு வங்கியில் பணம் போடுங்கள். நாங்கள் என்ன, ஏது என்றே கேட்க மாட்டோம். அவ்வளவு ஏன், உங்கள் நாட்டு அரசே

கேட்டால்கூட உங்களைப் பற்றியோ நீங்கள் போட்டிருக்கும் பணத்தின் அளவு குறித்தோ விவரங்களைக் கொடுக்க மாட்டோம் என்று ஸ்விஸ் வங்கி போன்ற சில அயல்நாட்டு வங்கிகள் சொல்கின்றன அல்லவா?

அதேபோல, எங்கள் நாட்டிற்கு வந்து உங்கள் கார்பரேட் நிறுவனத்தைத் தொடங்குங்கள். நாங்கள் நிறுவனங்கள்மீது வரி போடுவதில்லை என்று சொல்லி அழைத்து, உலக நாடுகளில் இருக்கும் நிறுவனங்களை ஈர்க்கிறார்கள். அவரவர் நாட்டிலேயே தொடங்கினால் கார்பரேட் வரி கட்டவேண்டும். இந்தியாவில் 30% மற்றும் சர் சார்ஜ். ஆனால், அதே நிறுவனத்தை இப்படிப்பட்ட டேக்ஸ் ஹேவன்ஸ் என்று அழைக்கப்படும் வரியில்லா நாடுகளில் ஆரம்பித்தால் வரிப்பணம் மிச்சம்.

அங்கே ஆரம்பித்துவிட்டு இந்தியாவில் வியாபாரம் தொழில் செய்ய முடியுமா என்றால் அதற்கும் வழிகள் இருக்கின்றன. அவற்றை எல்லாம் இப்போது ஒவ்வொன்றாக மூடுவிழா செய்துவருகிறார்கள்.

அப்படி டேக்ஸ் ஹேவன்ஸ் ஆக பிரபலமாக இருக்கும் முதல் பத்து நாடுகளின் பட்டியலையும் வேர்ல்ட் எகனாமிக் ஃபோரம், பனாமா பேப்பர்ஸ், UNWINDER வெளியிட்டிருக்கிறது.

உலகின் 'டாப் 10' வரி இல்லா நாடுகள்

நாடு	பதிவு செய்யப்பட்டிருக்கும் நிறுவனங்களின் எண்ணிக்கை
பிரிட்டிஷ் வர்ஜின் தீவுகள்	1,13,648
பனாமா	48,360
பஹாமாஸ்	15,915
சீஷெல்ஸ்	15,182
நையு	9,611
சமோவா	5,307
பிரிட்டிஷ் அங்கோலா	3,253
நெவாடா	1,260
ஹாங்காங்	542
பிரிட்டன்	148

7.3.3 இந்தியாவில் கள்ளப் பணம் புழக்கத்தில் இருக்கிறதா?

நம் நாட்டில் இருப்பவர்கள் சொந்த நாட்டு ரூபாய் தாள்களை ஆதாயத்திற்காக அச்சடித்து குறைந்த விலைக்கு விற்பதைப் பற்றிக் கேள்விப்பட்டிருக்கிறோம். அதெல்லாம் ஒன்றுமில்லை என்ற அளவில் வெளிநாடுகளில் அதிலும் குறிப்பாக பாகிஸ்தானில் இந்திய ரூபாய்கள் அச்சடிக்கப்படுகின்ற. இதற்குக் காரணங்களாக சொல்லப்படுபவை :

1) தீவிரவாதிகளுக்கு இந்தியப் பணம் அச்சடித்துக் கொடுப்பது. இதை 'டெரர் ஃபண்டிங்' என்கிறார்கள்.

2) இந்திய ரூபாய்களை அளவுக்கு அதிகமாக அச்சடித்து இந்தியாவிற்குள் அனுப்பி, அதன்மூலம் இந்திய ரூபாயின் மதிப்பைக் குறைத்து, இந்தியாவில் பொருளாதாரச் சீர்கேடுகள் உருவாக்குவது.

இந்திய அரசு இப்படிச் சொல்வதற்குக் காரணம், தேசத்தின் எல்லையோரங்களில் அதிகமாகப் பிடிபடும் போலி ரூபாய் தாள்கள்தான்.

போலி ரூபாய்த் தாள்கள், நேபாளம், பாகிஸ்தான் மற்றும் பங்களாதேஷ் ஆகிய பக்கத்து நாடுகளின் எல்லைகள் வழியாகத்தான் இந்தியாவுக்குள் அனுப்பப்படுகின்றன. 2008ஆம் ஆண்டு மும்பையில் நடத்தப்பட்ட 26/11 தீவிரவாதத் தாக்குதலில் பிடிபட்ட பாகிஸ்தான் தீவிரவாதிகளிடம் இருந்து கிடைத்த தகவல்களும் அதை உறுதி செய்தன.

Pakistan, the biggest contributor of fake Rs.500, Rs.1000 notes; PM Narendra Modi's historic move justified

ET Online

நாடாளுமன்றத்தின் வலைதளத்தில் கொடுக்கப்பட்டிருக்கும் தகவல்படி, 2011 ஆம் ஆண்டு முதல் 2014 ஆம் ஆண்டு வரையான காலகட்டத்தில் 26 லட்சத்துக்கும் அதிகமான போலி 500 மற்றும் 1000 ரூபாய் தாள்கள் ரிசர்வ் வங்கியால் கண்டுபிடிக்கப் பட்டிருக்கின்றன. அவற்றின் ரூபாய் மதிப்பு 167 கோடி. இவற்றில் 500 ரூபாய் தாள்களே அதிகம்.

ஒரு பேட்டியில் இது பற்றிக் கூறிய நிதி அமைச்சர் அருண் ஜேட்லி, தொடக்கத்தில் ரிசர்வ் வங்கி ஆயிரம் ரூபாய் தாள்களை மட்டுமே பணம் மதிப்பு நீக்கம் செய்வதாக இருந்ததாகவும், அரசுதான் 500 ரூபாய் தாள்களையும் இந்தக் காரணத்திற்காகச் சேர்த்ததாகவும் கூறினார் என்கிறது எகனாமிக் டைம்ஸ் செய்தி.

கொல்கத்தாவில் இயங்கும் ஸ்டாடிஸ்டிக்ஸ் இன்ஸ்டிட்யூட் ஆஃப் இந்தியா (எஸ்ஐஐ) மேற்கொண்ட ஓர் ஆய்வு, சுமார் 400 கோடி ரூபாய் போலி நோட்டுகள் பணம் இந்தியாவில் இருக்கலாம் என்று தெரிவித்திருப்பதாக ராஜ்யசபாவில் ஆகஸ்ட் 2ஆம் தேதி கேட்கப்பட்ட கேள்வி ஒன்றுக்கு நிதித்துறை இணையமைச்சர் அர்ஜுன் ராம் மேவால் பதிலளித்தார்.

ஆக, இந்திய அரசுக்கு போலி ரூபாய் தாள்கள் பற்றி தீவிர கவனம் இருந்திருக்கிறது என்று சொல்லமுடியும்.

வங்கிகளில் கண்டுபிடிக்கப்பட்ட போலி நோட்டுகள்

ஏப்ரல்-மார்ச்

ரூ	2015-16	2016-17	2017-18
1	2	3	4
2,5	2	80	1
10	134	523	287
20	96	324	437
50	6,453	9,222	23,447
100	2,21,447	1,77,195	2,39,182
200	-	-	79
500 (பழசு)	2,61,695	3,17,567	1,27,918
500 (புதுசு)	-	199	9,892
1000	1,43,099	2,56,324	1,03,611
2000	-	638	17,929
மொத்தம்	**6,32,928**	**7,62,075**	**5,22,787**

2017, 2018ம் ஆண்டுகளைப் பார்த்தால் புதிய 500 மற்றும் 2,000 ரூபாய் தாள்களிலும் போலிகள் வந்திருக்கின்றன. வங்கிகளுக்கு வந்து பிடிபட்டவற்றின் எண்ணிக்கை இவை. வராமல் சுற்றிக்கொண்டிருப்பவை இன்னும் அதிகமாக இருக்கலாம்.

7.3.4 கருப்புப் பணத்தை வருமான வரித்துறையால் கண்டு பிடித்துவிட முடியாதா?

வருமான வரித் துறை போதிய அளவு செயல்பட முடியாமல் போவதற்குச் சில காரணங்கள் இருக்கின்றன. சோதனையின் போது கணக்கில் காட்டப்படாத பணத்தைக் கண்டுபிடித்தால் அது முழுவதையும் வருமான வரித் துறை அதன் கணக்கில் போட்டுக்கொள்ள முடியாது.

அதற்கென்று தனியாக ஒரு எஸ்க்ரோ கணக்கு திறந்து, அதில் அந்தப் பணத்தை 'பப்ளிக் டெபாசிட்' ஆக போட்டு வைக்க வேண்டும். யாருடைய பணத்தைச் சோதனைகளின்போது கைப்பற்றிக்கொண்டு வருகிறார்களோ, அவர்கள் அல்லது அந்த நிறுவனங்கள், அந்த நடவடிக்கையை எதிர்த்து நீதிமன்றம் போவார்கள். வழக்கு நடக்கும். வழக்கு முடிந்து வருமான வரித்துறை செய்தது சரியானது என்று தீர்ப்பு வந்ததால் மட்டுமே அது அந்தத் துறை மற்றும் அரசின் வருமானம் ஆகும்.

தகவல்- நிதிஅமைச்சகத்தின் ஆண்டு அறிக்கை

நிதி ஆண்டு	சோதனை நடத்தப்பட்ட குழுமங்களின் எண்ணிக்கை	பறிமுதல் செய்யப்பட்ட சொத்துகளின் மதிப்பு (ரூ) கோடிகளில்	ஒப்புக் கொள்ளப்பட்ட கணக்கில் காட்டாத பணம் கோடிகளில்
2012-13	422	575	10,291
2013-14	569	807	10,791
2014-15	545	761	10,288
2015-16*	249	469	6,167

* டிசம்பர் வரை

நிதி ஆண்டு	மேற்கொள்ளப்பட்ட கைது நடவடிக்கைகளின் எண்ணிக்கை	தண்டனை பெற்றவர்கள்	காம்பவுண்ட் செய்யப்பட்ட வழக்குகள்
2012-13	*283*	*10*	*205*
2013-14	*641*	*41*	*561*
2014-15	*669*	*34*	*900*
*2015-16**	*105*	*16*	*345*

* டிசம்பர் வரை

இப்படிப்பட்ட வழக்குகளைக் கையாள, அதில் குற்றங்களை நிரூபிக்க, வழக்கில் வெற்றிபெற, வருமான வரித்துறையின் மேல் மட்டத்தில் விவரம் தெரிந்தவர்கள், அனுபவசாலிகள் அதிகம் தேவை. ஆனால் போதுமானவர்கள் இல்லை. இந்தியா முழுவதும் 20 அதிகாரிகள்தான் இருக்கிறார்கள்.

மேலும் வருமான வரித்துறையினருக்கு போதிய பயிற்சியும் கையில் இருக்கும் புள்ளிவிவரங்கள், தகவல்களை இணைத்து அதிலிருந்து நடவடிக்கைக்கு பயனுள்ள தகவல்களைத் திரட்டும் பிக் டாட்டா அனலிடிக்ஸ்க்கும் தேவை என்கிறார் சுப்ஹொமோய் பட்டாசார்ஜி. (20 நவ 2016, பிசினஸ் ஸ்டாண்டர்ட்).

7.3.5 கருப்புப் பணத்தை டிக்ளேர் செய்ய வைக்கும் திட்டங்களால் பலன் உண்டா?

கருப்பு பணத்தை டிக்ளேர் செய்ய வைக்கும் திட்டங்களால் பெரிய நன்மை இல்லை, புதிதாக வரி வருவாய் வருவதில்லை என்கிறது 3 அக்டோபர் 2016 அன்று சுப்ஹொமோய் பட்டாசார்ஜி பிசினஸ் ஸ்டாண்டர்டில் வெளியிட்ட ஓர் ஆய்வு.

இந்த ஆய்வு 1951 முதல் 1997 வரையில் அறிவிக்கப்பட்ட பிளாக் மணி டிஸ்குளோஷர் திட்டங்கள் பற்றி ஆராய்கிறது. திட்டம் அறிவிக்கப்பட்டதற்குப் பிறகு அரசுக்கு வரும் வரி வருவாயை வழக்கமாக வரும் வருவாயோடு ஒப்பிட்டு அதிகரிப்பு சதவிகிதத்தைப் பட்டியலிடுகிறார் கட்டுரையாளர்.

திட்டம்	ஆண்டு	ஒப்புக் கொள்ளப்பட்ட தொகை	வசூலிக்கப் பட்ட வரி	ஆண்டு வரி வசூல் வளர்ச்சி %	முந்தைய ஆண்டு வரி வசூல் வளர்ச்சி %
VDIS Tyagi	1951	70	20	NA	NA
VDIS 60-40	1965	52	30		
Black Voluntary Disclosure	1965	145	19		
National Defence Gold Bonds & Remittance	1965	88		9.10	30.00
Voluntary Disclosure	1975	744	241	5.58	33.63
Special Bearer Bonds	1981	964		6.35	11.47
Amnesty	1985	10,778	500	10.96	6.67
Foreign Remittance	1991	6,700		10.27	13.28
VDIS	1997	33,697	9,729	15.89	24.43
Income Declaration	2016	NA	NA	NA	8.25

தகவல் : KPMG, Indian Public Finance Statistics

1965 ஆம் ஆண்டு நேஷனல் டிஃபென்ஸ் கோல்ட் பாண்ட் அண்ட் ரெமிடென்ஸ் என்ற திட்டத்தைக் கொண்டு வந்தது. அதில் மொத்தம் 88 கோடி ரூபாய் கருப்பு பணம் என்று டிக்ளரேஷன் செய்யப்பட்டது. அதன்மூலம் எவ்வளவு வரி வந்தது என்று ஆய்வில் குறிப்பிடப்படவில்லை. அதே ஆண்டு, அதற்கு முந்தைய ஆண்டைக் காட்டிலும் 9.10 சதவிகிதம் கூடுதல் வரி வசூல் ஆனது. இது ஆண்டு வளர்ச்சி. ஆனால், அதற்கு முந்தைய ஆண்டு சாதாரணமாகவே ஆண்டுக்கு ஆண்டு வருமானம் வளர்ந்த கணக்கில் 30 சதவிகிதம் இருந்தது.

அதேபோல 1997இல் வாலண்டரி டிஸ்குளோஷர் திட்டம் மூலம் வெளிவந்த கருப்பு பணம் 33 ஆயிரத்து 697 கோடி ரூபாய். வரி மற்றும் அபராதத் தொகை 9 ஆயிரத்து 729 கோடி ரூபாய். அந்த ஆண்டு வளர்ச்சி 15.79%. ஆனால், அதற்கு முந்தைய ஆண்டில் வளர்ச்சி 24.4 3%.

கட்டுரையாளர் சொல்வதுபோல எல்லாத் திட்டங்களின் போதும் இப்படி ஆகவில்லை என்றாலும் சில ஆண்டுகள் ஆகியிருக்கிறது என்பதை மேலே கண்ட அட்டவணை காட்டுகிறது. அவர் இரண்டு விஷயங்களைச் சொல்கிறார். முதலாவது இப்படிப்பட்ட திட்டங் களால் பெரிய ஆதாயம் இல்லை, வருமானம் கூடுவதில்லை. இரண்டாவது காரணம் முக்கியமானது. இப்படிப்பட்ட திட்டங்கள் அறிவிக்கப்படுவது வருமானவரி குறையும் போதுதான். அரசு இப்படிப்பட்ட திட்டங்களை அறிவித்து வருமானத்தைச் சரி செய்து கொள்ளப் பார்க்கிறது. இது யோசிக்கவேண்டியது.

7.4 வேறு ஏதும் காரணங்கள் பின்னால் சேர்த்துக் கொள்ளப்பட்டதா?

ஆம். அரசு திடீரென்று நாட்டில் ரொக்கப் பணம் அதிகமாக புழங்குகிறது. இது நல்லதல்ல. இதனால்தான் கருப்பு பணம் உருவாகிறது என்று சொல்லி, மின்னணுப் பரிமாற்றங்கள்தான் சரி என்றது. அதை ஊக்குவிக்க பல திட்டங்களை அறிவித்ததோடு செயல்படுத்தவும் முனைந்தது. அதற்கு ‘டிஜிட்டல் புஷ்’ என்று பெயர் கொடுத்தார்கள். அதற்காக 10 அம்சத் திட்டம் ஒன்றும் அறிவித்தார்கள்.

1. முதலமைச்சர்கள் கொண்ட ஒரு குழு அமைக்கப்பட்டு, மின்னணு பரிமாற்றத்துக்கு ஒரு வழித்தடம் உருவாக்க முடிவு செய்யும்.
2. திட்டக் கமிஷனுக்கு இணையான நிதி ஆயோக் இலிருந்து 10 குழுக்கள் இதுகுறித்து அமைச்சரிடம் பேசும்.
3. மொபைல் போன் தயாரிப்பாளருடன் பேசி எவ்வாறு விரல் ரேகை மட்டும் IRIS பயன்படுத்தி பரிமாற்றம் செய்யக்கூடிய வகையில் போன்களை தயாரிக்கலாம் என்று முடிவு செய்யப்படும்.
4. மின்னணு பணப் பரிமாற்றங்கள் தொடர்ந்து நடக்குமாறு செய்ய ஏதுவான ஊக்குவிப்பு திட்டங்கள் குறித்து ஆலோசிக்கப்படும்.

5. தகவல் தொழில்நுட்பத் துறை மின்னணு பரிமாற்றத்தை விரிவுபடுத்த முயற்சி எடுக்கும்.

6. 80 லட்சம் கிராமங்களுக்கு ஒரே பொது இடத்திலிருந்து தகவல் தொடர்பு.

7. மிக அதிகமான அளவிலான வியாபாரிகளை மெர்ச்சன்ட் பணியிடங்களில் இணைப்பது.

8. முறைப்படுத்தப்படாத தொழிலாளர்கள் ஒப்பந்த தொழிலாளர்களும் தொழில் அமைச்சகம் வங்கிக்கணக்குகள் திறக்கும்.

9. தொழிலாளர்கள் நிறைந்த பகுதிகளில் சிறிய அளவிலான மைக்ரோ ஏடிஎம் திறக்கப்படும்.

10. நெசவு அமைச்சகம் டெக்ஸ்டைல் ரொக்கமில்லா பட்டு வாடாவுக்கு அதன் ஊழியர்களுக்கு ஏற்றவை செய்யும்.

7.5 இந்தியாவில் புழங்கும் ரொக்கப் பணம் அதிகமா?

அரசு சொல்ல ஆரம்பித்தது ரொக்கமில்லாப் பொருளாதாரம். ஆனால், அது சாத்தியமில்லை. அதற்குப் பதிலாக குறைந்த அளவு ரொக்கப் பொருளாதாரம் என்பதை முன்னெடுக்கலாம் என்றார்கள்.

2016ஆம் ஆண்டு நவம்பர் 9ம் தேதி முதல் 2017 ஜனவரி 25ஆம் தேதி வரை மட்டும், மின்னணுப் பரிவர்த்தனைகள் குறித்த விளம்பரங் களுக்காக, செலவு செய்த தொகை 14.95 கோடி என்று

தகவல் மற்றும் ஒளிபரப்புத் துறை இணையமைச்சர், ராஜ்யவர்தன் சிங் ரத்தோர் ராஜ்ய சபாவில் தெரிவித்தார். அது வரையிலான மின்னணுப் பரிவர்த்தனைகள் குறித்த மொத்த விளம்பர செலவு 93.93 கோடி என்றும் தெரிவித்தார்.

இவ்வளவு தூரம் செலவு செய்து மின்னணுப் பரிவர்த்தனைக்கு மாறச் சொல்கிறார்களே, அப்படியென்றால், இந்தியாவில் அளவுக்கு அதிகமாக ரொக்கம்மூலம் பரிவர்த்தனைகள் நடை பெறுகின்றனவா? டிரேடிங் எகனாமிக்ஸ் டாட் காம் என்ற இணையத்தளத்தில் பண மதிப்பு நீக்க நடவடிக்கையின் (8 நவம்பர் 2016) போது காணப்பட்ட ஒரு புள்ளிவிவரம் இதை மறுக்கிறது.

ஒரு நாட்டில் எவ்வளவு ரொக்கம் இருக்கலாம் என்று கேட்டால் அதற்கு பல பொருளாதார நிபுணர்களும் பலவிதமாக பதில்

சொல்வார்கள். என்னிடமும் அப்படி ஒரு கேள்வி கேட்கப் பட்டது. கோகுலம் கதிர் பத்திரிகையில் இது குறித்து ஒரு கட்டுரை எழுதினேன். அது கீழே.

தேவைப்படும் அளவு அச்சடித்துவிட்டுப் போனால் என்ன?

ஒரு கூட்டத்தில் பேசி முடித்த பிறகு, எவரேனும் கேள்விகள இருந்தால் கேட்கலாம் என்றார் ஏற்பாட்டாளர். பணம் சம்பாதிக்கும் வழிகள் கேட்டு பல கேள்விகள் கேட்கப்பட்டதில் வியப்பொன்றும் இல்லை.

பின் வரிசையிலிருந்து ஒரு நடுத்தர வயதுக்காரர் எழுந்தார். அவர் கை மைக்கை வாங்கிப் பேசினார். ஆனால் அவர் கேட்ட கேள்வி என் காதில் சரியாக விழவில்லை. என்ன மீண்டும் கேளுங்கள் என்றேன். ஆனால் அதற்குள் அவர் அருகில் இருந்தவர்கள் கொல்லென்று சிரித்தார்கள். அவர்கள் அப்படிச் சிரிக்கும் அளவுக்கு அவர் என்ன கேள்வி கேட்டார்?

அரசாங்கம் கடன் வாங்குகிறது என்கிறார்களே. அது சரிதானா? அவர்கள்தானே ரூபாய் நோட்டு அச்சடிப்பவர்கள். அதிகமாவே அச்சடித்துவிட்டால்தான் என்ன? அதைச் செய்யாமல் ஏன் வட்டிக்கு கடன் வாங்குகிறார்கள்? இதுதான் அவர் கேட்ட கேள்வி.

கூட்டத்தில் சிரித்தவர்களில் பெரும்பகுதியினருக்கு இந்தக் கேள்விக்கான பதில் தெரியுமா என்பது சந்தேகம்தான். ஆனாலும் பலரிடமும் திடீர் சிரிப்பை வரவழைத்த கேள்வி இது. அவர் கேட்டதில் ஒரு லாஜிக் இல்லாமல் இல்லை. லாஜிக் இருக்கிறது. அதே சமயம் அரசால் அப்படிச் செய்ய முடியாது என்பது போலவும் தோன்றுகிறது. அதனால்தான் குபீர் சிரிப்பு.

மத்திய அரசின் ஒப்புதலுடன்தான் மத்திய ரிசர்வ் வங்கி ரூபாய் நோட்டுகளை அச்சடிக்கும். 1934 முன்பு வரை அரசே அந்த வேலையைச் செய்தது. பின்பு, Reserve Bank of India Act, 1934 என்ற சட்டம் கொண்டுவந்தபின், அச்சடிக்கும் வேலை மத்திய ரிசர்வ் வங்கி வசம் கொடுக்கப்பட்டிருக்கிறது. எப்படி வடிவமைக்கலாம், என்ன நிறத்தில் நோட்டுகள் அச்சிடலாம், என்னென்ன நோட்டுகள், எப்போது அச்சடித்து புழக்கத்தில் விடுவது உள்ளிட்டவற்றை மத்திய

அரசிடமிருந்து கேட்டுக்கொண்டு, இந்திய ரிசர்வ் வங்கி நடைமுறைப்படுத்தும்.

ஆண்டுதோறும் மத்திய அரசு அதன் ஆண்டு வரவு செலவிற்கான பட்ஜெட் போடுகிறது. அரசு ஊழியர்கள் சம்பளம், பென்ஷன், ராணுவத்திற்கான செலவுகள், பல்வேறு மானியங்கள், பல்வேறு நலத்திட்டங்கள், வாங்கியிருக்கும் கடனுக்குக் கட்டவேண்டிய வட்டி என்று மத்திய அரசுக்கு ஆண்டு ஒன்றுக்கு (2018-19) சுமார் 24 லட்சம் கோடி ரூபாய் செலவாகிறது.

வருமான வரி, ஜிஎஸ்டி போன்ற வரி வருமானங்கள், 3ஜி, 4ஜி போன்ற அலைக்கற்றை ஏலத்தில் வருமானம் என்று சில வருமானங்கள். அப்படி வரும் வரவு சுமார் 19 லட்சம் கோடி. பற்றாக்குறை சுமார் 5 லட்சம் கோடி. அந்த 5 லட்சம் கோடியை அரசு வட்டிக்குக் கடன் வாங்குகிறது. இதைத்தான் பாவம் அவர், 'ஏன் கடன்? பேசாமல் நோட்டு அச்சடித்துவிட்டுப் போகலாமே!' என்று கேட்டார்

அரசு அப்படிச் செய்யாது, செய்யவும் கூடாது. அப்படிச் செய்தால் நம் நாட்டு ரூபாய்க்கு மதிப்பு இல்லாமல் போய், நாட்டில் விலைவாசி ஏகத்துக்கும் உயர்ந்துவிடும். இப்படி ஆன நாடுகள் உலகில் உண்டு.

ஏன் செய்யக்கூடாது என்பதற்கு ஒரு உதாரணம் சொல்கிறேன்.

உங்கள் ஊரில் ஒரு சினிமா கொட்டகை இருக்கிறது. பால்கணி, பர்ஸ்ட் கிளாஸ் எல்லாம் சேர்த்து மொத்தம் 560 இருக்கைகள் இருக்கின்றன. தியேட்டரில் புதுப்படம் போடுகிறார்கள். ஏகப்பட்ட கூட்டம். போலீஸ் வந்து அமைதிப்படுத்தவேண்டிய நிலைமை. ஒரு டிக்கெட் விலை எல்லா வகுப்புகளுக்கும் ஒரே மாதிரி ரூ. 100. மொத்தம் 560 இருக்கைகள் இருக்கின்றன. டிக்கெட் ஒன்று ரூ.100 வீதம், காட்சி ஒன்றுக்கு ரூ. 56,000 கலெக்ஷன். அதற்கு மேல் அந்த தியேட்டர் முதலாளியால் கலெக்ஷன் பார்க்கமுடியுமா?

முடியாது. ஆனால் ஒருவர் இப்படிக் கேட்கிறார் என்று வைத்துக்கொள்வோம். 'என்னய்யா இது முட்டாள்தனமா இருக்கு? டிக்கெட் முடிந்துவிட்டது என்று கவுண்டரை ஏன் மூடுகிறார்கள்? எவ்வளவு டிக்கெட் வேணுமோ அவ்வளவு அச்சடித்துக்கொள்ள வேண்டியதுதானே! முதலாளி நினைத்தால் முடியாதா?'

ஆம், எவ்வளவு டிக்கெட்டுகள் வேண்டுமானாலும் அடிக்கலாம், கொடுக்கலாம். ஆனால், அந்த டிக்கெட்டுகளுக்கு எல்லாம் உள்ளே சீட் இருக்கவேண்டுமல்லவா? 560 இருக்கைகளுக்கு 560 டிக்கெட்டுகள் தான் கொடுக்கவேண்டும். கேட்கிறார்கள், வருமானம் வரும் என்று 100 டிக்கெட் சேர்த்துக்கொடுத்துவிட்டால் போச்சு, தியேட்டர் உள்ளே அடிதடிதான் நடக்கும்.

மதிப்பு இருக்கைக்குத்தான். டிக்கெட்டுக்கு அல்ல. டிக்கெட் வெறும் பேப்பர். இருக்கை யாருக்கு உரிமை என்பதை அடையாளம் காட்டும் ஓர் ஆவணம் மட்டும்தான். அதேதான் ரூபாய் நோட்டுக்கும். அது வெறும் பேப்பர். யாரிடம் எவ்வளவு பொருளாதார மதிப்பு என்பதை அடையாளம் காட்டும் ஆவணம். அதுவே பயன்பாட்டுப்பொருள் அல்ல.

நாட்டில் எவ்வளவு பொருளும், சேவைகளும் இருக்கின்றனவோ அந்த அளவுக்குத்தான் பணம் உருவாக்கப்படவேண்டும். இல்லாவிட்டால், 'நிறைய டிக்கெட், குறைவான எண்ணிக்கையில் இருக்கைகள்' என்ற நிலை நாட்டில் உருவாகிவிடும். நிறைய பணம், அதைவிடக் குறைவான அளவில் பொருள்களும் சேவைகளும் என்னும் நிலை தோன்றினால், விலைவாசி கிடுகிடுவென்று உயர்ந்துவிடும்.

•

ஒரு நாட்டின் பொருளாதார மதிப்பை வைத்துத்தான் எவ்வளவு ரொக்கம் அச்சிடுவது என்று கணக்கிடமுடியும். நாட்டின் பொருளாதார மதிப்பு என்பது அதன் உள்நாட்டு உற்பத்தி மதிப்பான ஜிடிபி. பண மதிப்பு நீக்க நடவடிக்கையின்போது இந்தியாவின் ஜிடிபி அளவாக அந்த இணையத்தளம் குறிப்பிட்டிருந்த தொகை 2,074 பில்லியன் டாலர்கள். அதே சமயம் இந்தியாவில் புழக்கத்தில் இருந்த ரொக்கப் பணத்தின் அளவு அதில் 12 சதவிகிதம்தான்.

ஒரு நாட்டின் ஜிடிபியில் ரொக்கமாக இருக்கும் பணத்தின் அளவு 12 சதவிகிதம் என்பது அதிகமா, குறைவா?

அதை முடிவு செய்ய, ஏனைய நாடுகளின் அளவு என்ன என்று பார்க்கலாம்.

நாடு	ஜிடிபி பில்லியன் டாலர்கள்	ரொக்கப் பண சதவிகிதம்
அமெரிக்கா	18037	20.1
ஜப்பான்	4123	19.3
ஹாங்காங்	310	15.9
பாகிஸ்தான்	270	14.9
சவுதி அரேபியா	646	12.5
இந்தியா	2074	12
அர்ஜெண்டினா	548	9.4
சிங்கப்பூர்	293	8.9
தாய்லாந்து	395	8.9
சீனா	11008	8.8
யூரோ நாடுகள்	11540	8.5
பங்களாதேஷ்	195	8.2
சிலி	240	7.9
துருக்கி	718	6.3
மலேஷியா	296	6.2
தென் கொரியா	1378	6.1
மெக்சிகோ	1144	5.8
அமீரகம்	370	5.7
பிலிப்பைன்ஸ்	292	5.6
ஆஸ்திரேலியா	1340	5.5
தென் ஆப்பிரிக்கா	313	5.4
பிரேசில்	1775	4.7
ஸ்ரீலங்கா	82	4.3
இந்தோனேஷியா	862	4.1
கனடா	1551	4
பிரிட்டன்	2858	3.5

Source : Trading Economics & RBI data prior to Demonetisation (Business Standard)

இதிலிருந்து என்ன தெரிகிறது? அமெரிக்காவில் ரொக்கப் பணம் 20% க்கும் மேல். ஜப்பானில் 19.3%. இவை வளர்ந்த நாடுகள் என்று அறியப்பட்டவை.

குறைவாக இருக்கும் நாடுகளின் எண்ணிக்கை கூடுதல் அல்லவா என்று கேட்கலாம். இதற்கான பதில், ரொக்கம் அதிகம் இருக்கும் பெரிய நாடுகளும் பட்டியலில் இருக்கின்றனவே என்பதுதான்.

அமெரிக்க டாலர் அவ்வளவு இருப்பதற்கு உள்நாட்டுப் பொருளாதாரம் தவிர, பிற வலுவான காரணங்களும் உள்ளன என்பதை மறந்துவிடக்கூடாது. முதலும் முக்கியமுமான காரணம் அமெரிக்க டாலர் அமெரிக்காவில் மட்டும் அமெரிக்கர்களால் மட்டும் பயன்படுத்தப்படுவதில்லை. அதைப் பல நாடுகளிலும் பயன்படுத்துகிறார்கள். சர்வதேச கரன்சியாக டாலர் இருக்கிறது. இரண்டாவது முக்கியக் காரணம், உலகின் பல முக்கிய நகரங்களில் அமெரிக்க டாலர் வாங்கி. விற்கப்படும் ஒரு வர்த்தகப் பொருளாக இருக்கிறது.

ஆக, இந்திய ரூபாயை அமெரிக்க டாலருடன் ஒப்பிடுவது சரியாக இருக்காது. அதேபோல, ஹாங்காங் மற்றும் பாகிஸ்தானுடனும் ஒப்பிடவேண்டாம். அவை வர்த்தகத்திலும் நாட்டில் நிலவும் குழப்பங்களிலும் வேறுவிதமானவை. ஜப்பான், சவுதி அரேபியா போன்ற நாடுகளைவிடக் குறைவுதானே என்று சொல்லலாம். அது ஓரளவு ஏற்றுக்கொள்ளப்படவேண்டியதே.

புழக்கத்தில் இருந்த மொத்த ரொக்கப்பணத்தின் சதவிகிதம்

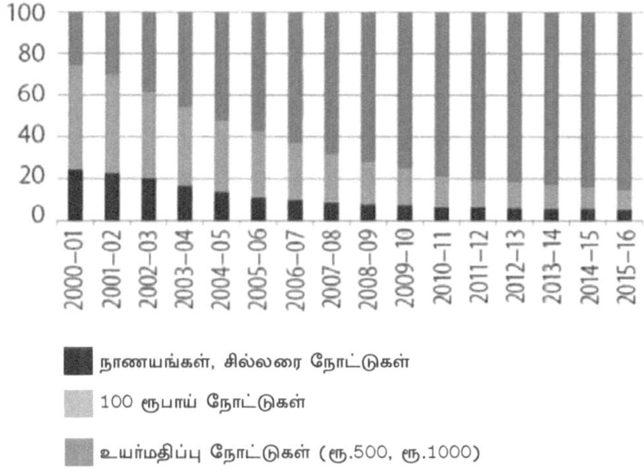

மொத்தத்தில், நம் நாட்டில் ரொக்கப் புழக்கம் அதிகம் என்கிற வாதம் அவ்வளவு வலுவானதல்ல.

தொடர்ந்து உயர் மதிப்பு தாள்களின் எண்ணிக்கை அதிகரித்துக்கொண்டே போயிருக்கிறது.

2000-01 ல் உயர்மதிப்பு (500-1000) தாள்கள் மொத்தப் பணத்தில் 26% தான். அதுவே மார்ச் 2016ல் 85.2% ஆகிவிட்டது. எல்லாம் பதுக்கப்பட்டிருக்கிறது. புழக்கத்தில் இல்லை என்று நினைத்துவிட்டார்கள். நோபல் பரிசு பெற்ற மில்டன் ஃபிரீட்மென், ஹெலிகாப்டர் மணி என்று குறிப்பிட்டதற்கு எதிர் நடவடிக்கை. திடீரென்று பணம் பறிக்கப்பட்டது

7.6 மூன்று லட்சம் கோடி ரூபாய் அரசுக்கு லாபம் கிடைக்கும் என்றார்களே. அது ஏன் நடக்கவில்லை?

இவ்வளவு மக்களைப் பாதித்திருக்கும், கெட்ட பெயரை வாங்கிக்கொடுத்திருக்கும் ஒரு பொருளாதார நடவடிக்கையைப் பிரதமர் ஏன் எடுக்கவேண்டும்? சில காரணங்களைச் சொல்கிறார்கள். அதில் முதன்மையானது, புழக்கத்தில் இருக்கும் ரூபாய் தாள்களில் கணிசமான பகுதி வங்கிகளுக்கு வராது என்பது.

அரசின் கணக்கு

மக்கள் அவர்கள் வசம் இருக்கும் 500 மற்றும் 1000 ரூபாய் தாள்கள் அனைத்தையும் அவர்களது வங்கிக்கணக்கில் கட்டியாக வேண்டும். அப்படிச் செய்தால் மட்டுமே அவர்களால் பணத்தைத் தக்க வைத்துக்கொள்ள முடியும் என்று அறிவிக்கலாம்.

தவறான வழியில் சம்பாதித்து அல்லது சம்பாதித்தது முழுவதையும் கணக்கில் காட்டி, வருமான வரி காட்டாமல் போனவர்கள் ரொக்கமாக வைத்திருக்கும் ரூபாய் தாள்கள் அனைத்தையும் அவர்களது வங்கிக்கணக்கில் கட்டினால், வருமான வரித்துறை அதைக் கண்டுபிடித்து அவர்களிடம் அபராதமும் வரியும் வசூல் செய்யவேண்டும். அதற்கான அறிவிப்பைச் செய்துவிடலாம். அரசுக்கு வருமானம் கிடைக்கும்.

கைவசம் இருக்கும் தாள்களை வங்கிக் கணக்குகளில் கட்டி ஏன் அபராதம், வரி என்று வம்பில் மாட்ட வேண்டும் என்று சிலர் நினைக்கலாம். அதனால் அவர்கள் ரூபாய் தாள்கள் போனால் போகிறது என்று அவற்றை மாற்றாமலே விட்டுவிடலாம்.

சிலர் அப்படிச் செய்தால், அந்த விதத்தில் தற்சமயம் புழக்கத்தில் இருந்து, செல்லுபடியாகிக் கொண்டிருக்கும் ரூபாய் தாள்களில் ஒருபகுதி அப்படியே அரசுக்கு மிச்சமாகிவிடும்.

அதுபோல 1978ம் ஆண்டு அரசு 1000, 5,000 மற்றும் 10,000 ரூபாய் நோட்டுகள் செல்லாது என்று அறிவித்துவிட்டு மக்கள் அவர்கள் கைவசம் இருக்கும் அந்தத் தாள்களை அவரவர் வங்கிக் கணக்குகளில் கட்டி புது நோட்டுகளாக மாற்றிக்கொள்ளச் சொன்னபோது, புழக்கத்தில் இருந்த அந்த நோட்டுகளின் மதிப்பில் 75% மட்டுமே மாற்றிக்கொள்ளப்பட்டது. மீதமுள்ள தாள்கள் வங்கிகளுக்கு வரவில்லை. மாற்றுக்காக அரசு அச்சடித்து வைத்திருந்த பணம் அப்படியே அரசுக்கு மிச்சம்.

2016ம் ஆண்டு புழக்கத்தில் இருந்த 500 மற்றும் 1,000 ரூபாய் தாள்களின் மொத்த மதிப்பு சுமார் 15 லட்சம் கோடி. முன்பு 1978ல் நடந்தது போல இப்போதும் 25% தாள்கள் வங்கிகளுக்கு வராமல் போனால் அரசுக்குச் சுமார் ரூ. 3.5 லட்சம் கோடி மிச்சமாகும்.

இந்த ஒரு முடிவால் மட்டுமே அரசுக்கு ரூ.3.5 லட்சம் கோடி கிடைக்கும். ரூ.3.5 லட்சம் கோடி ரூபாய் என்பது மாபெரும் தொகை. இதை வைத்து அரசு பலவற்றைச் செய்யமுடியும். மக்கள் நலத்திட்டங்கள், கடனைத் திருப்பி கட்டுவதை, நல்ல கட்டுமான பணிகளில் பெரும் செலவு செய்து நாட்டை முன்னேற்றுவது என்று பலவற்றைச் செய்யலாம். இப்படியெல்லாம் நினைத்துத் தான் பண மதிப்பு நீக்க நடவடிக்கை எடுக்கப்பட்டிருக்கும் என்பது பலரின் யூகம்.

இந்த யூகத்துக்கு முகாந்திரம் இல்லாமல் இல்லை. இது குறித்து சிலர் பத்திரிக்கைகளிலும் வெளிப்படையாக எழுதினார்கள்.

குரூப் சீஃப் எகனாமிக் அட்வைசர், ஸ்டேட் பேங்க் ஆஃப் இந்தியா:

பாரத ஸ்டேட் வங்கியின் குழுமத் தலைமை பொருளாதார ஆலோசகர் சௌமியா காண்ட்டி கோஷ் 14 நவம்பர் 2016 அன்று பிசினஸ் ஸ்டாண்டர்டில் எழுதிய ஒரு பகுதி.

‘கணக்கில் வராத பணத்தைச் சிலர் ரொக்கமாக சேர்ப்பதைத் தடுக்க 1978 முதல் நடுவண் அரசு அவ்வப்போது, முன்னறிவிப்பு கொடுக்காமல் பண மதிப்பு நீக்க நடவடிக்கைகளில் ஈடுபட்டு வருகிறது.

கருப்புப் பணம் என்பது வேறு, கணக்கில் காட்டப்படாத ரொக்கப்பணம் என்பது வேறு. இரண்டாவது முதலாவதற்கு உதவுகிறது.

இந்தியாவில் சுமார் 45 லட்சம் கோடி கருப்புப்பணம் இருக்கலாம் என்று கணக்கிடப்படுகிறது. பல்வேறு கணக்கீடுகளின்படி மொத்த கருப்புப் பணத்தில் 20% ரூபாய்த் தாள்களாக இருக்கலாம். மீதப்பணம் இடங்கள், ரியல் எஸ்டேட்கள் மற்றும் நகைகளாக இருக்கலாம். இந்த 20% கருப்புப் பணத்தைத்தான் அரசு வெளிக் கொணர முயற்சிக்கிறது. உடன் பல்வேறு நடவடிக்கைகளையும் எடுத்து வருகிறது.

மார்ச் 2016ல் புழக்கத்தில் இருந்த தாள்கள்	**ரூ. 500**	**ரூ. 1,000**	**மொத்தம்**
ரூபாய் (பில்லியன்களில் - 100 கோடிகளில்)	*7,854*	*6,326*	*14,180*
வங்கிகள் மற்றும் அரசு அமைப்புகளிடம் 30% என்ற கணக்கில்	*2,356*	*1,898*	*4,254*
மீதம், பொதுமக்களிடம்	*5,498*	*4,428*	*9,926*
மக்கள் பழைய தாள் கொடுத்து புதியதாள் வாங்கக்கூடிய %	*60*	*40*	
மக்கள் மாற்றக்கூடிய மொத்த தொகை பில்லியன் ரூபாய்களில் (100 கோடிகளில்)	*3,299*	*1,771*	*5,070*
1978 போல் 25% தாள்கள் மாற்றப்படாமல் போனால்... அரசுக்கு மிச்சம்	*1,374*	*1,107*	*2,482*

மொத்த ரொக்கப்பணத்தில் வங்கிகளில் மற்றும் அரசு அமைப்புகளில் இருக்கக்கூடிய ரொக்கப் பணம் சுமார் 30% போக மீதி எல்லாம் பொதுமக்களிடம்தான் இருக்கிறது. அந்த 70% பணத்தின் மதிப்பு 9 லட்சத்து 92 ஆயிரத்து 600 கோடி ரூபாய்கள்.

சுமார் 4.5 லட்சம் கோடி மதிப்பு நோட்டுகள் வங்கிகளுக்கு வராது என்று எதிர்பார்க்கிறேன். அவ்வளவும் அரசுக்கு மிச்சமாகும்.

காரணம் இப்படித்தான் ஜனவரி 16, 1978 அன்று ஓர் அவசர சட்டத்தின் மூலம் 1000, 5000 மற்றும் 10,000 ரூபாய் நோட்டுகள் செல்லாது என்றும் 30 ஜூன் 1978 க்குள் வங்கிகளில் செலுத்தி மாற்று நோட்டுகள் பெற்றுக்கொள்ளலாம் என்றும் அறிவிக்கப் பட்டது. அப்படி மாற்றிக்கொள்வதற்காக வங்கிக்கு வந்த நோட்டுகளின் மதிப்பு 124.45 கோடி.

அப்போது புழக்கத்தில் இருந்த 1000, 5,000 மற்றும் 10,000 ரூபாய் நோட்டுகளில் அந்தத் தொகை 75% தான். மீதம் 25% தாள்கள் வரவில்லை. அதனால், அந்த அளவு பணம் மாற்றப்படாமல் செல்லாதவை ஆகிவிட்டன. அரசுக்கு அந்த அளவு பணம் மிச்சம் ஆனது. அவ்வளவு பணம் மாற்றப்படாமல் போனதற்குக் காரணம், வங்கிக்குக் கொண்டுவந்தால் அதன் மூலம் கட்டியவரின் விவரங்கள் அறியப்பட்டு சிக்கிக்கொண்டுவிடுவோமோ என்ற பயமாக இருக்கலாம்.

அதே அளவு சதவிகித நோட்டுகள் இந்த முறையும் வங்கிகளுக்கு வராது போனால் அரசுக்கு 2.5 லட்சம் கோடி ரூபாய் மிச்சமாகும். இந்த மிச்சம் நேரடியாக அரசுக்கு வந்துவிடாது. வராத நோட்டுகள் ரிசர்வ் வங்கிக்கு மீதமாகி, ரிசர்வ் வங்கி அதன் பலனை பல்வேறுவிதங்களில் நடுவண் அரசுக்கு வழங்கி, அதன் மூலம் நடுவண் அரசின் கடன் குறையும்.

இதுதான் பண மதிப்பு நீக்க நடவடிக்கையால் கிடைக்கக்கூடிய மிகப்பெரும் பலன்.

இந்த நடவடிக்கையால் ரியல் எஸ்டேட் துறை பாதிக்கப்படும்.

இந்த நடவடிக்கையால் வங்கிகளுக்கு 5 லட்சம் கோடி ரூபாய் பணம் வந்து அதில் ஓரளவு மாற்றிக்கொள்ளப்பட்டாலும் கரண்ட் அக்கவுண்ட் மற்றும் சேவிங்ஸ் அக்கவுண்டுகளில் 5% அளவு கூடுதல் பணம் தங்கும்.

இந்த நடவடிக்கை இந்தியாவின் 'கணக்கில் வராத' பொருளாதாரத்தில் இருந்து பெரும்பாலும் 'கணக்கில் வரும்' பொருளாதாரத்துக்கு மாறும் நகர்த்தலை (ஃபார்மலைசேஷன் ஆஃப் தி எகானமி) உறுதி செய்யும்.

அரசு இதே போன்ற பண மதிப்பு நீக்க நடவடிக்கைகளை முன்னறிவிப்பின்றி அடிக்கடி செய்து, ரொக்கம் வைத்திருக்கும் பழக்கத்தைக் குறைக்கவேண்டும்.'

இந்தக் கட்டுரைக்கு ஏதும் மறுப்பு வந்ததாகத் தெரியவில்லை.

ஒத்துழைத்த மக்களுக்கு எதாவது?

20 செப்டெம்பர் 2016 அன்று பிசினஸ் ஸ்டாண்டர்டில் சுப்ஹொமோய் பட்டாச்சார்ஜி எழுதுகிறார்.

> *‘நரேந்திர மோடி 500 மற்றும் 1,000 ரூபாய் தாள்களைத் திரும்பப் பெற்று கருப்புப் பணத்தை ஒழிக்கும் முயற்சியில் ஈடுபட்டிருக்கிறார். எவ்வளவு நோட்டுகள் திரும்பவரும் என்பது இன்னும் தெரியவில்லை. அனேகமாக அரசுக்கு வரக்கூடிய பெரிய வருவாய் என்பது கணக்குக் காட்ட முடியாத ரொக்கங்களை டெபாசிட் செய்தவர்களிடம் வசூலிக்கப்படும் வரி மற்றும் அபராதங்களில் இருந்து வரலாம்.*
>
> *எப்படியும் அரசு அதற்கு கிடைக்கும் பணத்தில் நிச்சயமாக ஒரு பகுதியை ஜன் தன் கணக்குகளில் போடுவார்கள் என்று மக்கள் பேசிக் கொள்கிறார்கள்.*
>
> *அப்படி நடக்காவிட்டால் இதற்கு ஒத்துழைத்த மக்களின் கோபம் முழுவதும் பிரதமர் மோடிமீது திரும்பலாம். இதன் காரணமாக வருமான வரித்துறைக்கு இந்த நடவடிக்கையில் ஒரு முக்கிய பங்கு இருக்கிறது’.*

இந்த எதிர்பார்ப்புக்கு முகாந்திரம் இல்லாமல் இல்லை. உச்ச நீதிமன்றத்தில் மத்திய அரசு ஒரு பிரமாண வாக்குமூலம் தாக்கல் செய்தது. அதில் பண மதிப்பு நீக்கம் செய்யப்பட்ட 15.44 லட்சம் கோடி ரூபாய்களில் மூன்றிலிருந்து நான்கு லட்சம் ரூபாய் வரை திரும்பி வராது என்று எதிர்பார்ப்பதாகக் கூறியது.

7.7 எதனால் செல்லாத தாள்களும் அனைத்தும் அரசுக்கு வந்துவிட்டன?

இதற்கு பல காரணங்கள் இருக்கலாம். இரண்டு முக்கிய மானவையாகத் தெரிகின்றன. முதலாவதாக, 1978 வேறு, 2016 வேறு. இரண்டாவது காரணம், நடைமுறைப்படுத்துவதில் உருவான சிக்கல்கள்.

அ) 1978 வேறு, 2016 வேறு

இது குறித்து பின்னால் ஒரு தனி அத்தியாயமே இருக்கிறது என்பதால் சுருக்கமாக நான்கு விஷயங்கள் மட்டும்.

> *அப்போது மதிப்பு நீக்கம் செய்யப்பட்ட தாள்கள் 1000, 5000 மற்றும் 10,000. இவை உண்மையில் உயர் மதிப்பு தாள்கள்.*

அவை சாதாரண மக்களிடம், அதிகப்படியானவர்களிடம் இருக்கவில்லை. மேலும் இவற்றின் மதிப்பு புழக்கத்தில் இருந்த ரொக்கப் பணத்தின் மதிப்பில் மிகவும் குறைவு.

பண மதிப்பு நீக்கத்துடன் கூடவே கடுமையான அறிவிப்பு களும் இருந்தன. தவறான தகவல் கொடுத்து உயர் மதிப்பு தாளை மாற்றினால் 3 ஆண்டுகள் சிறை என்ற அறிவிப்பு மாற்ற நினைத்தவர்களைக் கடுமையாக அச்சுறுத்தியது, தடுத்தது.

வங்கிகளில் உயர் மதிப்புத் தாள்களைக் கட்ட வருபவர்களை வங்கி அதிகாரிகள் கவனித்தனர். மிக அதிக அளவில் கொண்டு வந்தவர்களை வருமான வரித்துறையினர் விசாரணை செய்து திருப்தியான பதில் கிடைக்காவிட்டால், உடனே 90% அபராதம் விதித்தார்கள். தவிரவும், பணத்தை மாற்றிக்கொள்ள மொத்தமே ஒரு வாரம்தான் அவகாசம் கொடுக்கப்பட்டது. இந்த விஷயங்களால் 25 % பணம் திரும்ப வராமல் போனது.

ஆனால் 2016ல் மதிப்பு நீக்கம் செய்யப்பட்டவை 500 மற்றும் 1000 ரூபாய் தாள்கள். புழக்கத்தில் இருந்த தாள்களில் இவற்றின் மதிப்பு மட்டுமே 86%.

ஆக, 2016ல் எடுத்துக்கொண்ட வேலை மிக மிகப் பெரியது. தாள்கள் எண்ணிக்கையில் இரண்டாயிரத்து நானூற்று இரண்டு கோடியே முப்பது லட்சம். இவற்றைச் சரி பார்த்து வாங்கு வதும், இதில் முக்கால் பகுதியையேனும் திரும்பக் கொடுப்பதற்கும் தேவைப்படும் நேரம், ஆட்கள், உழைப்பு எல்லாம் 1978ஐ காட்டிலும் பல மடங்கு அதிகம்.

மற்றொரு மிக முக்கியமான வேறுபாடு, பண மதிப்பு நீக்கம் செய்யப்படும் தாள்கள் இல்லாமல் பொருளாதார நடவடிக்கை நடக்காது என்பதுதான் இன்றைய நிலை. காரணம் ரொக்கப்பணத்தில் அவற்றின் அளவு அதிகம். அதனால் மக்கள் இயல்பு வாழ்க்கை பாதிக்கப்பட்டு, மாற்றுத் தாள்களுக்கு முட்டி மோத ஆரம்பித்தார்கள்.

அதனால்தான் பெட்ரோல், டீசல், பால், மின்சாரம் போன்ற அத்தியாவசியமான பொருள்களுக்கும் ரயில், பேருந்து விமானம் போன்ற சேவைகளுக்கும் பழைய தாள்கள் அனுமதிக்கப்பட்டன. மேலும், பிற செலவுகளுக்காக தினசரி ஒரு நபருக்கு 2000 என்றும் பிறகு 4000 என்றும் நிர்ணயிக்கப் பட்டன. ஒருவரே பல வங்கிகளில் பலமுறை சென்று பணம்

எடுக்கும் நிலை ஏற்பட்டது. அதனால் அடையாளமின்றிப் பெரும் எண்ணிக்கையில் செல்லாத தாள்கள் ரிசர்வ் வங்கியை அடைந்தன.

மிகப் பெரும் எண்ணிக்கையிலான மக்களுக்கும் நிறுவனங்களுக்கும் மிகப்பெரும் எண்ணிக்கையிலான ரூபாய்த் தாள்களை வினியோகிக்க வேண்டிய நிலையில் 50 நாள்கள் அவகாசம் கொடுக்கப்பட்டது. ஆனால் 1978ல் அவகாசம் வெறும் 7 நாட்கள் மட்டுமே.

அந்த 50 நாள்களிலும் வியாபாரம் வழக்கம்போல நடந்தது. அப்போதும் செல்லாது என்று அறிவிக்கப்பட்ட தாள்கள் கடைகளிலும் நிறுவனங்களிலும் பெறப்பட்டன. பெற்றுக் கொண்டவர்கள் வியாபார நடப்பு கணக்குகளில் அவற்றைக் காட்டமுடிந்தது. இவை எப்போது பெற்றுக்கொள்ளப்பட்ட பணம் என்று ஆராய்வது கடினம்.

தனி நபர் வருமான வரி உச்ச வரம்பு ரூ. 2.5 லட்சம் என்பதால், மக்கள் அவர்களது வங்கிக் கணக்குகளில் ரூ 2.5 லட்சம் வரை கட்டினால் பெரிய பாதகம் இல்லை. அவர்களிடம் வருமான வரித்துறை அந்தப் பணம் கிடைத்து எப்படி என்று விசாரணை செய்யமாட்டார்கள் என்று சொல்லப்பட்டது. காரணம், அவர்கள் அந்த அளவுக்கான ஆண்டு வருமானத்தைக் கணக்கில் காட்ட வேண்டியதில்லை. உச்ச வரம்புக்குக் குறைவான தொகைதானே அது? அதனால் அவ்வளவு வருமானமும் ரொக்கப் பணமும் இல்லாதவர்களும் அவர்கள் கணக்குகளில் காட்டித் தப்பித்துக்கொள்ளும் வாய்ப்பு இருந்தது.

இதன் காரணமாகவும் ஜீரோ பேலன்ஸ் ஜன் தன் கணக்குகளில், இந்தக் காலகட்டத்தில் டெபாசிட் செய்யப்பட்ட தொகை மிக அதிகமாக இருந்தது. நிறுவன ஊழியர்கள் கணக்குகளிலும் பணமதிப்பு நீக்கம் செய்யப்பட்ட ரொக்கப் பணம் போடப் பட்டது.

ஆக, 1978 போல் அல்லாமல் 2016ல் 99.3 சதவிகித செல்லாத தாள்கள் வந்து சேர்ந்துவிட்டன.

ஆ) நடைமுறைப்படுத்துவதில் உருவான சிக்கல்கள்

மக்கள் மனதில் கருப்புப்பணம் குறித்து வெறுப்பும் சலிப்பும் இருப்பது பிரதமருக்கும் தெரியும். அதனால் இப்படிப்பட்ட

நடவடிக்கையைக் கருப்புப்பண முதலைகள் தவிர வேறு எவரும் எதிர்பார்கள் என்று பிரதமர் மட்டுமல்ல எவருமே எதிர்பார்க்கவில்லை. எதிர்பார்த்தது போலவே பெரிய அரசியல் கட்சித்தலைவர்கள், கார்பரேட் முதலாளிகள் என்று பலரும் வரவேற்றார்கள்.

எல்லாம் அறிவிக்கும் வரைதான். அறிவிப்பு நடைமுறைக்கு வரும்போதுதான் அது எத்தனை பேரை பாதிக்கிறது, எவ்வளவு சிரமம் கொடுக்கிறது என்பதை அனுபவப்பூர்வமாகக் கண்டார்கள். கூச்சலும் குழப்பமும் அலறலாக மாறியது. எதிர்ப்பும் தொடங்கியது.

நடவடிக்கை குறித்து பல்வேறு தரப்பினருடன் கலந்து பேசாத காரணத்தால், அமல்படுத்தும்போது எழக்கூடிய சிக்கல்கள் குறித்தும் ஆலோசிப்பது சாத்தியப்படவில்லை. நடைமுறைக்கு வந்ததும் அவை ஒவ்வொன்றாக வெளிவந்து பல்வேறு சிக்கல்களாக உருவெடுத்தன.

அரசு எதிர்பார்த்தது என்ன?

அரசு என்றால் இந்த விஷயத்தில் ‘கோர் குரூப்’ மட்டுமே. வேறு எவரோடும் கலந்து ஆலோசிக்கப்படாததால் அந்த கோர் குரூப் மட்டுமே இதற்குப் பொறுப்பு.

அரசு பண மதிப்பு நீக்க நடவடிக்கையில் செய்த வேலைகளை இரண்டு பெரும் பிரிவுகளாகப் பிரிக்கமுடியும்.

- கருப்புப் பணத்தின் மீது நடவடிக்கை (தாக்குதல்)
- மக்களுக்கு சிரமம் கொடுக்காமல் அதைச் செய்தல் (தற்காத்தல்).

பிரதமர் தெரிவித்த முக்கிய அல்லது ஒரே நோக்கம், கருப்புப் பணத்தை ஒழிப்பது. அதை நோக்கி அரசு எடுத்த நடவடிக்கைகள்:

- அனைவரும் தங்கள் வசம் இருக்கும் செல்லாத ரூபாய் தாள்களை அவரவர் வங்கிக் கணக்கில் கட்டவேண்டும். அதன் மூலம் எவர் எவ்வளவு கட்டினார் என்பது அரசுக்குத் தெரியவரும்.
- அரசு வரி வசூலிக்கும், அபராதம் போடும். தேவைப்படும் நபர்கள், நிறுவனங்கள்மீது மேல் நடவடிக்கைகள் எடுக்கும்.

7.7.1 தாக்குதல், தற்காத்தல் ஆகிய இரண்டு வகை நடவடிக்கைகளும் முழுவதும் நடைமுறைப்படுத்தப்பட்டனவா? அல்லது பின்னால் மாறுதல்கள் செய்யவேண்டி வந்ததா?

வங்கிகள், தபால் நிலையங்களுக்குப் பெரும் வேலை கொடுக்கப்பட்டது. ஆனால், எல்லோருடனும் சேர்ந்துதான் அவர்களும் பணமதிப்பு நடவடிக்கையைத் தெரிந்துகொள்ள வேண்டிய நிலையில் இருந்தார்கள். அதனால் அவர்களால் உடனடியாகப் பெரிதாக வேலையை ஆரம்பிக்க முடியவில்லை.

ஏடிஎம்களில் பெரும் வேலைகள் செய்யவேண்டி இருந்தது. அதற்கு தேவைப்பட்ட நேரம், அதைச் செய்யக்கூடிய திறனுள்ளவர்கள், தேவைப்படும் பணத்தை எடுத்துக்கொண்டு போக வேண்டிய வாகனங்கள், அந்தப் பணத்துடன் செல்ல வேண்டிய பாதுகாப்பு அதிகாரிகள் எல்லாவற்றிலும் பற்றாக்குறை இருந்தது. உடனடியாக இரண்டு மூன்று நாட்களில் அனைத்தையும் செய்யமுடியவில்லை.

நம் நாட்டின் மக்கள் தொகை அளவிற்கு, தினசரி 2000, 4000, 4500 ரூபாய்த் தாள்களை மாற்றிக்கொடுக்கும் திட்டத்தில் பின்வரும் விஷயங்கள் சாத்தியமிலை என்பது புரிந்தது.

- படிவம் நிறைவுசெய்து பெற்றுக்கொள்ளுதல்
- அடையாள அட்டையைச் சரிபார்த்தல்
- அதன் நகல் பெறுதல்
- செல்லாத தாள்களை சரிபார்த்து திரும்பப் பெறுதல்
- விரலில் மை வைத்துவிட்டுப் பணம் கொடுத்தல்

இந்த முயற்சிகள் தோல்வி அடைந்ததும், கணிசமான செல்லாத தாள்கள் அடையாளம் இல்லாமல் வங்கிகளுக்குள் வந்து தஞ்சம் புகுந்தன.

'மக்கள் நலனுக்காக', 'அவசரத் தேவைகளுக்காக' 'அனுமதிக்கப்பட்ட இடங்களில்' 'வியாபாரம் செய்பவர்கள் நவம்பர் 8க்கு முன் வாங்கிய தாள்கள்' என்று பல ஓட்டைகள் இருந்தன. கொடுத்தாகவேண்டிய நிலையில் அரசு.

இது குறித்து முன்கூட்டியே அரசு யோசிக்கவில்லை. அல்லது தாக்கத்தைக் குறைத்து மதிப்பிட்டிருக்கிறார்கள். ஆனாலும்கூட வருமான வரித் துறைக்குக் கிடைத்திருக்கும் தகவல்கள் மூலம் சில

நன்மைகளும் விளைந்திருக்கின்றன. வரி கட்டுகிறவர்கள் எண்ணிக்கை அதிகரித்திருக்கிறது. கருப்புப் பணத்தை ரொக்கமாக வைத்திருந்தவர்கள் இனி அவ்வாறு செய்யக்கூடாது என்று நினைத்திருப்பார்கள்.

7.7.2. தாக்குதல் வெற்றி தந்ததா?

எல்லோரும் அவரவர் வங்கிக் கணக்கில் பணம் கட்டுங்கள் என்று அரசு சொன்னது. யார் எவ்வளவு கட்டினார்கள்? என்று வருமான வரித்துறை கணக்குப் பார்த்துக்கொண்டிருக்கிறது.

பலருக்கும் வருமான வரித்துறை நோட்டீஸ் அனுப்பியிருக்கிறது. நடவடிக்கை எடுக்கப்படுகிறது, மேலும் எடுக்கப்படும் என்று தெரிகிறது.

7.8 பண மதிப்பு நீக்க நடவடிக்கை குறித்து ரகசியம் காக்கப்பட்டதா? குறிப்பிட்ட 'கோர் குருப்' உறுப்பினர்கள் தவிர வேறு எவருக்குமே இது பற்றித் தெரியாதா?

மத்திய அமைச்சர்கள், அதிகாரிகள், அமைச்சரவைக் கூட்டத்திற்கு வரும்போது செல்பேசிகள் கொண்டுவரக் கூடாது என்று கடந்த சில மாதங்களுக்கு முன்பே உத்தரவு போடப்பட்டிருந்தது. நவம்பர் 8ம் தேதி நடந்த கூட்டத்திற்கும் அது பொருந்தியது.

அன்றைய கூட்டத்திற்கு எல்லா அமைச்சர்களும் கண்டிப்பாக வரவேண்டும் என்றும் கூட்டத்தின் நடுவில் வெளியேறக்கூடாது என்றும் தெரிவிக்கப்பட்டது. கூடவே அன்றைய கூட்டத்தில் பேசுவதற்கு என்ன விஷயங்கள் எடுத்துக் கொள்ளப் பட்டிருக்கின்றன என்ற அஜெண்டா (நிரல்) தொடர்புடையவர் களுக்குக் கொடுக்கப்பட்டிருக்கிறது. அதில் பண மதிப்பு நீக்கம் பற்றி ஏதும் இல்லை.

கூட்டத்தில் பிரதமர், சிரித்தபடியே பண மதிப்பு நீக்க நடவடிக்கை பற்றிப் பேசியிருக்கிறார். அமைச்சரவைக் கூட்டம் முடிந்தபிறகு பிரதமர், நிதியமைச்சருடன் தனியாக ரிசர்வ் வங்கி செய்ய வேண்டியவை குறித்து விட்டுவிட்டு 25 நிமிடங்கள் பேசி இருக்கிறார். பிறகு நாட்டு மக்களுக்கு உரை.

அமைச்சர்கள் அமைச்சரவைக் கூட்டம் நடந்த அதே அறையில் இருந்தபடியே பிரதமரின் அன்றைய பேச்சைக் கேட்டிருக்கிறார்கள்.

எப்படி நடந்தது? திரைக்குப் பின்னால்

சுபோமோய் பட்டாச்சார்ஜி, The backroom story: How it all played out என்ற தலைப்பில் பிசினஸ் ஸ்டாண்டர்ட் பத்திரிக்கையில் நவம்பர் 6, 2017 அன்று எழுதுகிறார்.

‘அந்தச் செவ்வாய்கிழமை, தொலைக்காட்சி நிலையங்களில் அது மாலை செய்திகளுக்கான நேரம். அரசின் தொலைக்காட்சி நிலையமான தூர்தர்ஷனுக்கு வழக்கமாக ஆலோசனைகள் தெரிவிக்கும் ஓர் அரசு அதிகாரி வந்து சேருகிறார். அவர் அன்றைக்கு வெளிவர இருக்கும் ஒரு புதிய செய்தி (நியூஸ் பிரேக்) குறித்து எந்த வல்லுனர்களை அழைத்து அபிப்பிராயம் கேட்கலாம் என்று பட்டியல் போடுகிறார்.

அதற்குச் சில மணி நேரங்கள் முன்புதான், பாரதப் பிரதமர் நரேந்திர மோடி இந்திய ராணுவம், விமானப்படை மற்றும் கப்பற்படையின் தலைவர்களைச் சந்தித்திருக்கிறார். அடுத்து தூர்தர்ஷனில் இப்படி ஒரு நிகழ்வு. உடனே, அரசு தொடுக்கவிருக்கும் போர்கள் பற்றி அறிவிப்பு ஏதும் வரலாம் என்ற வதந்திகள் பரவ ஆரம்பித்தன.

ஆனால், இரவு ஏழரை மணிக்கு தூர்தர்ஷன் நிலையத்துக்கு வந்து சேர்ந்த வல்லுனர்களைப் பார்த்து அங்கிருந்தவர்களுக்கு வியப்பு. காரணம், வந்தவர்களில் எவரும் தேசப் பாதுகாப்பு அல்லது இராணுவ வல்லுநர்கள் அல்ல. பெரும்பாலும் பொருளாதார வல்லுனர்கள்தான் வந்திருந்தார்கள். அரசு மற்றும் அரசில் இல்லாத வல்லுனர்கள்.

அடுத்த அரை மணி நேரத்தில், பாரதப் பிரதமர் இந்தியாவின் மிகப்பெரிய நிதிசார் நடவடிக்கையான ‘பண மதிப்பு நீக்க நடவடிக்கை’ குறித்து அறிவிப்பு செய்கிறார்.

அதே நாள் 7, லோக் கல்யாண் மார்க்கில் அமைச்சரவைக் கூட்டம் நடைபெறுகிறது. பேச எடுத்துக்கொள்ளப்பட்டிருந்த விஷயங்கள் மிகச் சாதாரணமானவை. தொடர்புடைய துறை செயலாளர்கள் தவிர அமைச்சர்களேகூடப் பின்னால் நினைவு வைத்துக்கொள்ள மாட்டார்கள் என்று சொல்லக்கூடிய அளவு எளிய விஷயங்கள். அன்று அந்தக் கூட்டத்தில் பேசப்பட்டவை குறித்து மறுநாள் எந்த அறிவிப்புக்களும் வரவில்லை.

அதை முடித்துவிட்டு, 8 மணிக்கு வீட்டுக்கு வந்த அமைச்சர் ஒருவரின் செயலாளருக்கு அதிர்ச்சி. அவர் மனைவி, ‘டிவியை பாருங்கள் என்ன சொல்லிக்கொண்டு இருக்கிறார்கள்’ என்று சொல்லிருக்கிறார்.

சில அரசு அதிகாரிகளுக்குப் பிறகுதான் நினைவு வருகிறது அன்றைய தினம் வழக்கத்துக்கும் அதிகமான எண்ணிக்கையில் அமைச்சரவைச் செயலாளர்களும், பிரதமர் அலுவல அதிகாரிகளும் அமைச்சர்களின் அறைகளுக்கு அருகே சுற்றி வந்தார்கள் என்பது.

ஏதாவது முக்கியமான விஷயம் அறிவிக்கப்படவிருக்கிறதோ என்ற ஒருவரின் கேள்விக்குப் பதில் கிடைக்கவில்லை. காரணம், எவருக்கும் தெரியவில்லை.

ஆனாலும் பண மதிப்பு நீக்க நடவடிக்கை குறித்து குறிட்பாக பிரதமர் அலுவலகத்தில் கிட்டத்தட்ட அதற்கு ஓராண்டு முன்பாகவே பேச்சுகள் அல்லது ஆயத்த வேலைகள் தொடங்கியிருக்கினறன. அந்தக் கூட்டங்களில் நிதி அமைச்சகம், காபினெட் செகரெடேரியட் மற்றும் பிரதமர் அலுவலத்தின் சில உயர் அதிகாரிகள் கலந்து கொண்டிருக்கிறார்கள்.

இது குறித்து அப்போது ரிசர்வ் வங்கியின் ஆளுநராக இருந்த ரகுராம் ராஜன் தன்னுடைய I do, What I do புத்தகத்தில் சொல்லியிருப்பது. '2016ம் ஆண்டு பிப்ரவரி மாதம் நிதியமைச்சர் அருண் ஜேட்லி பட்ஜெட் தாக்கல் செய்யப்படுவதற்கு இரண்டு நாட்கள் முன்பு என்னிடம் பண மதிப்பு நீக்க நடவடிக்கை குறித்து கருத்து கேட்டார்கள். என்னை அது குறித்து 'நோட்' (அறிக்கை-விவரக் குறிப்பு) தயாரிக்கச் சொன்னார்கள். அதற்காக ரிசர்வ் வங்கி ஒரு 'நோட்' தயாரித்து அரசுக்கு அனுப்பியது.

அதில் பண மதிப்பு நீக்க நடவடிக்கையால் ஏற்பட வாய்ப்பிருக்கும் நன்மை மற்றும் தீமைகளைக் (சிரமங்களை) குறிப்பிட்டிருந்தோம்.'

அதற்கு முன்பாக சில நடவடிக்கைகள் இருந்தாலும் பட்ஜெட்டுக்கு பிறகுதான் இந்த நடவடிக்கை சூடு பிடித்திருக்கிறது. திரு. ராஜன் சொன்னது போல ரிசர்வ் வங்கியின் டெபுடி கவர்னரும் ரொக்கப் பணத்தின் பொறுப்பாளருமானவரே அடுத்தடுத்த கூட்டங்களில் கலந்து கொண்டிருக்கிறார்.

2016 செப்டெம்பர் மாதம், திரு. ராஜன் ரிசர்வ் வங்கியில் இருந்து வெளியேறுகிறார். ஆனாலும், பண மதிப்பு நீக்கத்துக்கான முக்கியக் குழுவில் (கோர் குரூப்) மாற்றம் இல்லை. குழுவில் இருந்த அனைவருக்கும் அனைத்து விவரங்களும் தெரியும் என்றும் சொல்லமுடியாது. மேலும் ரிசர்வ் வங்கி ஆளுநராக ராஜன் கொடுத்த அறிக்கையில் என்ன சொல்லியிருந்தார் என்பதும் அப்படிப்பட்ட கூட்டங்களில் தெரிவிக்கப்படவில்லை.

அந்தக் கூட்டங்களில் ரிசர்வ் வங்கி உறுப்பினர்களிடம் முக்கியமாகக் கேட்கப்பட்ட கேள்வி, உங்களுடைய கரன்சி டிபார்ட்மெண்டால் கூடுதலாக 100 ரூபாய் 50 ரூபாய் நோட்டுக்களை அச்சடித்து வைத்துக்கொண்டு 500, 1000 நோட்டுகள் திரும்பப்பெறும்போது பல்வேறு பகுதிகளிலும் வேகமாக விநியோகம் செய்யமுடியுமா? அதற்கான சாத்தியங்கள் என்ன என்பது பற்றித்தான் பேசப்பட்டது.

ரிசர்வ் வங்கி தரப்பில், இப்போது ரூ.100 மற்றும் 50 தாள்கள் அதிக அளவில் அச்சடிக்க ஆரம்பித்தால் நிச்சயமாக அது ஊழியர்கள் பார்வையில் இருந்து தப்பாது. ஒவ்வொரு ஆண்டும் கூடுதலாக தேவைப்படும் கரன்சி நோட்டுகள் ஆண்டின் தொடக்கத்திலேயே முடிவு செய்யப்பட்டு, அதற்கான வேலைகள் நடக்கும். இப்போது ரூ.100 மற்றும் 50 தாள்களைக் கூடுதலாக அடிக்க ஆரம்பித்தால் பணியாளர் களுக்குச் சந்தேகத்தை ஏற்படுத்தும் என்று தெரிவிக்கப்பட்டிருக்கிறது.

அடுத்த முக்கிய முடிவு, எந்தத் தேதியில் பண மதிப்பு நீக்கத்தை அறிவிப்பது என்பது பற்றியது. தீபாவளிக்குப் பின் வரும் இரண்டு வாரக் காலத்தில் அறிவிக்கலாம். அப்போது தீபாவளி வர்த்தகம் முடிந்திருக்கும் என்று பேசியிருக்கிறார்கள். ஆனால் நவம்பர் 8 என்ற தேதி அதற்கு சில வாரங்கள் முன்புதான் முடிவு செய்யப்பட்டிருக்கிறது.

நவம்பர் 8 செவ்வாய்கிழமைக்குப் பதிலாக, நவம்பர் 11 வெள்ளிக் கிழமை அறிவிக்கலாமா. அப்படிச் செய்தால் வங்கிகளுக்கு சனி ஞாயிறு என்று இரு நாள்கள் அவகாசம் கிடைக்கும் என்றும் ஆலோசிக்கப் பட்டிருக்கிறது. ஆனால் அப்போதே, என்னவோ நடக்கப்போகிறது என்கிற சந்தேகமும் ஆரம்பித்துவிட்டதால் அந்த முடிவு தவிர்க்கப்பட்டது.

உதாரணத்திற்கு குளிர்கால கூட்டத்தொடரில் நாடாளுமன்றத்தில் நிதி அமைச்சகத்திடம் கேட்கப்பட்ட கேள்விகளில் 8 சதவிகிதம் கருப்புப் பணம் குறித்துத்தான். நாடாளுமன்ற உறுப்பினர்கள், குறிப்பாக பொதுத்துறை வங்கிகள் குறித்துக்கூட கேட்காமல் கருப்புப் பணம் பற்றித்தான் கேட்டார்கள்.

பிரதமர் அறிவிப்பதற்கு 24 மணி நேரங்களுக்கு முன்பாக, இந்தியாவினுடைய முக்கியப் பாதுகாப்பு இண்டலிஜென்ஸ் துறை உட்பட தலைமை அதிகாரிகளுக்கு இந்த விவரம் தெரிவிக்கப்பட்டது.

அவர்களுடைய அதிகாரிகளுக்குப் பிரதமர் அறிவிப்புக்குச் சில மணி நேரங்கள் முன்பு அதன் விவரம் தெரிவிக்கப்பட்டது.

மத்திய அமைச்சர்கள்

பிரதமர் தூர்தர்ஷனில் நேரலையில் அறிவிப்பதற்கு முன்பாக பண மதிப்பு நீக்க நடவடிக்கைக்குக் குறைந்தபட்சம் ஒரு காபினட் பாடி ஒப்புதலாவது தேவை.

இதைச் செய்ய 'காபினெட் கமிட்டி ஆன் செக்யூரிட்டி' என்பதுதான் சுலபமான தேர்வாக இருந்தது. காரணம், அந்தக் குழுவில உள்துறை அமைச்சர் ராஜ்நாத் சிங்கும் நிதி அமைச்சர் அருண் ஜெட்லியும் இருந்தார்கள். மேலும் இது குறித்த கேள்விகள் வெளிநாடுகளில் இருந்து வரலாம் என்பதால், பாதுகாப்புத் துறை அமைச்சர் மற்றும் வெளியுறவுத்துறை அமைச்சர் ஆகியோருக்கும் அறிவிக்கவிருப்பது குறித்து தகவல் சொல்லப்பட வேண்டியிருந்தது.

மும்பையிலும் இதுபோன்று தகவல் தெரிவிக்கும் வேலைகள் நடந்தன. ரிசர்வ் வங்கி ஆளுநர் உர்ஜித் படேல் ஏற்கெனவே டெல்லியில் இருந்தார். அனைத்து வங்கித் தலைமை அதிகாரிகளும் ரிசர்வ் வங்கியின் தலைமை அலுவலகத்துக்கு வர அறிவுறுத்தப்பட்டார்கள். நடக்கவிருப்பது வீடியோ கான்ஃபிரன்சிங் என்று தெரியவந்தபோது அவர்களுக்கு அது ஒரு சிக்னலாக இருந்திருக்கலாம். ஆனால் எவராலும் என்ன நடக்கப்போகிறது என்பதை யூகிக்கமுடியாதது ஆச்சரியம்தான்.

எல்லா காமிராக்களும் பிரதமரின் வீடு நோக்கித் திரும்பியதும், கோர் குரூப் உறுப்பினர்களான வருவாய்த்துறை செயலாளர் ஹஷ்முக் அட்ஹியா மற்றும் முன்னாள் பொருளாதாரத் துறை செயலாளர் சக்திகாந்தா தாஸ் ஆகியோர் அவர்களது அலுவலகங்களுக்குத் கிளம்பினார்கள்.

அவர்களில் ஒருவர் சொன்னார். 'நான் என்னுடைய அலுவலகத்துக்கு வந்து இணைச் செயலாளர்களை என் அறைக்கு அழைத்தேன். அமரச் சொல்லி, தொலைக்காட்சியை ஒளிரவிட்டு, பிரதமர் பேசுவதைக் கேட்க ஆயத்தம் ஆனோம்.

பிரதமருடைய குரல் எங்கள் அறையில் வியாபிக்க ஆரம்பித்ததும், ஒவ்வொரு அதிகாரியும் செய்யவேண்டியவை குறித்து முன்கூட்டியே தயாரித்து வைத்திருந்த தாள்களை அவர்களிடம் கொடுத்தேன்.

போலீஸ் தலைமைகளுக்கும் மாநிலத் தலைமைச் செயலாளர்களுக்கும் போன் செய்ய ஆரம்பித்தோம்.அந்த இரவு, நீண்ட இரவானது.'

யாருக்குத் தெரியும்? யாருக்குத் தெரியாது?

மொத்தம் 10 பேருக்குத்தான் தெரியுமாம். அவர்களில் ஒருவர் பிரதமர். மற்றவர்களில் நிதியமைச்சர் இல்லை போலத் தெரிகிறது. மற்றபடி, அப்போதைய நிதி அமைச்சகத்தின் வருவாய்த் துறை செயலாளர் ஹஸ்முக் அட்ஹியா, முன்னாள் நிதித்துறை செயலாளர் அசோக் லாவாசா மற்றும் முன்னாள் பொருளாதார விவகாரங்கள் துறை செயலாளர் சக்திகாந்த தாஸ் ஆகியோர் இருக்கலாம் என்று வங்கியாளரும் எழுத்தாளருமான மீரா சான்யால் அவரது தி கிரேட் ரிவர்ஸ் என்னும் புத்தகத்தில் குறிப்பிடுகிறார்.

அந்த முடிவுக்கு ஒப்புதல் கொடுத்த அமைச்சரவைக் கூட்டத்தில் இருந்த ஒரு மூத்த நிர்வாகி கூறியது. ரிசர்வ் வங்கி போர்ட் முடிவெடுத்தது, அமைச்சரவைக் கூட்டம் ஒப்புதல் அளித்தது, பிரதமர் அறிவித்தார் என்றார் மின்துறை அமைச்சர் பியூஷ் கோயல்.

அமைச்சரவைக் கூட்டம் தொடங்கியது 8 நவம்பர் 2016 அன்று மாலை 6.30க்கு. ஆனால் அதற்கு முன்பாகவே தூர்தர்ஷனில் பிரதமர் எட்டு மணிக்குப் பேசுவதற்கான நேரம் கேட்டுப் பெற்றாயிற்று.

நிதி அமைச்சர் அருண் ஜெட்லிக்கே மிகவும் தாமதமாகத்தான் தெரிவிக்கப்பட்டிருக்கிறது. அவருக்கு முன்கூட்டிய சொல்லி இருந்தால் அவர் தடுத்திருப்பார் என்றார் ஜனதா தள் கட்சியின் சரத் யாதவ். ராஜ்ய சபாவில் இதைக் கேட்டுக்கொண்டிருந்த அருண் ஜெட்லி மறுக்கவில்லை. புன்னகையுடன் விட்டுவிட்டார்.

என்ன நடந்தது என்று தெரியாது. சரியான மற்றும் முழுமையான தகவல் இல்லை. ஆனால் பொதுவெளியில் கிடைக்கிற தகவல்களை ஒருசேரப் பார்த்தால் கொஞ்சம் யூகிக்கமுடியும்.

பொதுவெளியில் கிடைக்கிற தகவல்கள்

2016ம் ஆண்டு ஏப்ரல் மாதம் ரகுராம் ராஜன் வெளியிட்ட 2015-16 நிதி ஆண்டு குறித்த அறிக்கையில், புழக்கத்தில் இருக்கும் ரொக்கப்பணம் அதீத அளவு கவலை அளிக்கிறது என்று குறிபிட்டிருக்கிறார்.

2017ல் வரவிருந்த மாநிலத் தேர்தல்கள் காரணமாக அரசியல் கட்சிகள் ரொக்கப்பணம் சேர்ப்பதே அதற்குக் காரணமாக

இருக்கலாம் என்று சொல்லப்பட்டது. ஆனால் 2014ல் நாடு முழுக்க தேர்தல் நடந்ததே, அப்போது இப்படி ரொக்கம் அதிகரிக்கவில்லையே என்றார் பாரத ஸ்டேட் வங்கியின் தலைமை பொருளாதார ஆலோசகர், சவ்மியா காந்தி கோஷ். 2016ல் இதை அவர் சொல்லிவிட்டு இது பணமதிப்பு நீக்க நடவடிக்கை (டிமானிடைசேஷன்) டிரண்ட் என்றார்.

மேலும் 2016ம் ஆண்டு SBI Escrow அறிக்கையில் ரூ 500 மற்றும் 1,000 தாள்கள் மதிப்பு நீக்கம் செய்வதென்றால் மாற்றுத்தாள்கள் அச்சடிக்க ரூ.15,000 கோடி செலவாகும் என்றெல்லாம் சொல்கிறார்.

பிப்ரவரி 2016ல் ரிசர்வ் வங்கி ஆளுநரான ரகுராம் ராஜனிடம் பணமதிப்பு நீக்கம் குறித்து கருத்து கேட்டார்கள். ரிசர்வ் வங்கியிடமிருந்து அது குறித்து ஒரு நோட் (அறிக்கை போல) கேட்கிறார்கள். என்ன ஆயத்தம் செய்யவேண்டும், எவ்வளவு மாற்றுத் தாள்கள் தேவைப்படும், எவ்வளவு நாட்களாகும் போன்றவற்றை அவர்களுக்கு அளித்தேன் என்றார் அவர்.

ஏப்ரல் 20, 2016ல் உர்ஜித் படேல் ரிசர்வ் வங்கியின் ஆளுநராக நியமிக்கப்படுகிறார்.

செப்டெம்பர் 2016ல் ரிசர்வ் வங்கி ஆளுநர் ரகுராம் ராஜன் பதவிக்காலம் முடிகிறது.

செப்டெம்பர் 2017ல் ரகுராம் ராஜன் தனது I do, what I do புத்தகம் வெளியிடுகிறார். அதில் குறுகியகாலப் பலன்களைவிட நீண்டகால சிரமங்கள் அதிகம் இருக்கும் என்று அரசுக்குத் தெரிவித்தேன் என்று எழுதியிருக்கிறார்.

7.9 பண மதிப்பு நீக்க நடவடிக்கையை மக்கள் எப்படி எடுத்துக்கொண்டார்கள்?

பெரும்பாலான மக்கள் வரவேற்றார்கள். செல்லாது என்று அறிவிக்கப்பட்ட தாள்களுக்குப் பதிலாக மாற்று கிடைக்காத போதிலும், காத்திருக்க வேண்டி வந்தபோதும் போராட்டங்களில் ஈடுபடவில்லை. மாறாக, பலரும் பெருமளவில் ஒத்துழைத் தார்கள். ஒரு பகுதியினர் வரவேற்றதுடன் ஆதரித்தும் பேசினார்கள். வலைதளங்களில் எழுதினார்கள்.

மற்றொரு பகுதியினர், குறிப்பாக, கணிசமான அளவில் செல்லாத ரூபாய் தாள்களை வைத்திருந்தவர்கள், கட்டுப்பாடுகளைமீறி

எப்படித் தங்கள் பணத்தை அடையாளம் தெரியாதவாறு மாற்றிக் கொள்வது என்று திட்டமிட்டு வேலை செய்தார்கள். பணம் செலவழித்து ஓரளவு இழப்பு ஏற்பட்டாலும் பரவாயில்லை என்று கையிலிருந்த பணத்தை மாற்றிக்கொள்ள அலைந்து திரிந்து, பலர் அதில் வெற்றியும் பெற்றார்கள்.

மக்கள் பணத்தை மாற்றும் நோக்கத்தில் இருந்ததாலோ அல்லது இதற்குப் போராடி ஏதும் ஆகப் போவதில்லை என்று நினைத்த தாலோ என்னவோ பெரிய அளவில் போராட்டங்கள் எதுவும் இல்லை.

7.10 பண மதிப்பு நீக்க நடவடிக்கையின் தாக்கம் என்ன?

7.10.1 மொத்த செல்லாத ரூ. 500, 1000 தாள்களும் ரிசர்வ் வங்கிக்கு வந்துவிட்டன

ஆகஸ்ட் 29, 2018. ரிசர்வ் வங்கி அதன் 2017-18ம் ஆண்டிற்கான ஆண்டறிக்கையில் தெரிவித்த தகவல் என்னவென்றால், 15.31 லட்சம் கோடி ரூபாய்கள் மதிப்புக்கு ரூ. 500 மற்றும் 1,000 தாள்கள் ரிசர்வ் வங்கியிடம் வந்துவிட்டன என்பதுதான்.

- *புழக்கத்தில் இருந்த 500 மற்றும் 1,000 ரூ தாள்கள் 'ஸ்பெசிபைடு பேங்க் நோட்ஸ்' (SBNs) மதிப்பு : 15,41,793 கோடி.*
- *ரிசர்வ் வங்கிக்குத் திரும்ப வந்த ரூ. 500 மற்றும் 1,000 தாள்கள் 'ஸ்பெசிபைடு பேங்க் நோட்ஸ்' (SBNs) மதிப்பு : 15,31,073 கோடி.*
- *நவம்பர் 2016ல் புழக்கத்திலிருந்த ரூ.500 மற்றும் 1,000 : 99.3%.*
- *தாள்களின் மொத்த மதிப்பில் திரும்ப வராமல் அரசுக்கு மிச்சமான பணம் : 10,720 கோடி.*
- *புதிய நோட்டுகள் அச்சடிக்க மட்டும் அரசுக்கு ஆன செலவு : ரூ. 4,912 கோடி.*

ரிசர்வ் வங்கியே சொல்லிவிட்டது. அரசுக்கு செலவுபோக மிச்சமான பணம் வெறும் 5,000 கோடிக்கும் குறைவுதான்.

7.10.2 வருமான வரி கட்டுவோர் எண்ணிக்கை உயர்ந்தது

பண மதிப்பு நீக்க நடவடிக்கையின் பெரும் பலனாக சொல்லப் படுவது வருமான வரித் தாக்கல் செய்பவர்களின் எண்ணிக்கை அதிகரித்திருக்கிறது என்பதுதான்.

உண்மைதான். பணமதிப்பிழப்பு நடவடிக்கை முடிந்தவுடன் செய்யப்பட்ட வருமான வரி தாக்கல் வருமான வரிக்காக அசெஸ் செய்யப்பட்டவர்களின் எண்ணிக்கை 13.5 சதவிகிதம் அதற்கு முந்தைய ஆண்டைவிட அதிகரித்திருக்கிறது. ஆனால். அதற்கு அடுத்த நிதி ஆண்டான 2017-18 ஒரு சதவிகிதத்திற்கும் குறைவாக, அதாவது 0.8 சதவிகிதம்தான் அதிகரித்திருக்கிறது. இந்த அளவு வளர்ச்சி என்பது சமீப ஆண்டுகளில் மிகக் குறைவானது ஆகும்.

எண்ணிக்கையில் சொல்வதென்றால் அனைத்து வகையான வரி கட்டுபவர்களையும் சேர்த்துப் பார்த்தால் அது 2015-16 பதினாறாம் ஆண்டில் 4.36 கோடி. 2016-17ல் 4.99 கோடியாக மட்டுமே உயர்ந்தது. இதற்கு விளக்கம் அளித்த வருமான வரித் துறை அதிகாரிகள் அந்த ஆண்டில் கணிசமான அளவு வருமான வரிக் கணக்கு தாக்கல் செய்த தகவல்கள் முன்னுக்குப் பின் முரணாக இருந்தன என்பதால் அவற்றை ஒதுக்கி வைத்திருப்பதாகச் சொன்னார்கள்.

எண்ணிக்கையில் வளர்ச்சி எதுவாக இருந்தாலும் ஆய்வு செய்யப் பட்ட மொத்த வருமானம் 2015-16ஆம் ஆண்டில் 33.6 லட்சம் கோடியாக இருந்தது. 2016-17ஆம் ஆண்டில் 38.52 கோடிகளாக இருந்திருக்கிறது. 2017-18ஆம் ஆண்டில் 43 லட்சம் கோடிகளாக உயர்ந்திருக்கிறது. சதவிகிதக் கணக்கில் பார்த்தால் இது முறையே 25, 15, 12% வளர்ச்சி. அதிக வருமானம் காட்டி வருமான வரித்தாக்கல் செய்பவர்கள் எண்ணிக்கை கூடுவதையும் குறைந்த வருமானம் இருப்பவர்கள் எண்ணிக்கை குறைவதையும் காட்டுகிறது.

2017-18 ஆம் ஆண்டில் இரண்டரை லட்சம் ஆண்டு வருமானம் பெறுபவர்கள், இரண்டரை முதல் 5 லட்சம் வரை பெறுபவர் களும் முறையே 24 மற்றும் 2.4% குறைந்திருக்கிறார்கள்.

வருமான வரித்துறைக்கு வந்திருக்கின்ற மொத்த வருமான வரிப் பணத்தைக் கணக்கிட்டாலும் அக்டோபர் மாத நிலவரப்படி 2017-18 ஆம் ஆண்டில் முதல் 6 மாதத்திற்கான வரிவசூல் ரூ. 4.4 லட்சம். 14 சதவிகித உயர்வு.

நாட்டில் ஆண்டுக்கு ஒரு கோடி ரூபாய்க்கு மேல் வருமானம் ஈட்டுபவர்களின் எண்ணிக்கை கடந்த 3 ஆண்டுகளில் 30 சதவிகிதம் அதிகரித்திருக்கிறது. இந்தியாவில் இருக்கும் மொத்த கோடீஸ் வரர்களின் எண்ணிக்கையும் நிறுவனங்களின் எண்ணிக்கையும் இந்து அன்டிவைடட் ஃபேமிலி, அசோசியேஷன் ஆஃப் பெர்சன்ஸ் ஆகியவற்றின் எண்ணிக்கையும் 29% அதிகரித்திருக்கின்றன.

அதேபோல நாட்டின் மொத்த உற்பத்தியின்மூலம் வசூலாகும் சதவிகிதம் 2017-18ம் ஆண்டுகளில் உயர்ந்திருக்கிறது. இதுதான் 2008-ம் ஆண்டுக்குப் பிறகு மிக அதிகமான வளர்ச்சி. 2007ல் இது 6.3% ஆக இருந்திருக்கிறது

இந்த வழி வசூலிலும் கார்ப்பரேட் 16.4 சதவிகித வளர்ச்சி கொடுத்திருக்கிறது.

7.10.3 வருமான வரி கட்டுபவர்கள் எண்ணிக்கை எவ்வளவு உயர்ந்தது?

வருமான வரி கட்டுபவர்கள் எண்ணிக்கை நம் நாட்டில் குறைவு. பன மதிப்பு நீக்க நடவடிக்கையால் வரி ஏய்ப்பு செய்பவர்களில் கணிசமானவர்கள், வரி வளையத்துக்குள் வருவார்கள் என்றார்கள். அது நடந்திருக்கிறது என்றே சொல்லவேண்டும். ஜிடிபி டு கேஷ் போல, இதையும் உள்நாட்டு உற்பத்தி மதிப்பான ஜிடிபியின் விகிதாசாரமாகப் பார்க்கும் பழக்கம் இருக்கிறது. அதை, டேக்ஸ் டு ஜிடிபி ரேஷியோ என்பார்கள். பண மதிப்பு நீக்க நடவடிக்கைக்குப் பின் அது உயர்ந்திருக்கிறது.

டேக்ஸ் டு ஜிடிபி ரேஷியோ

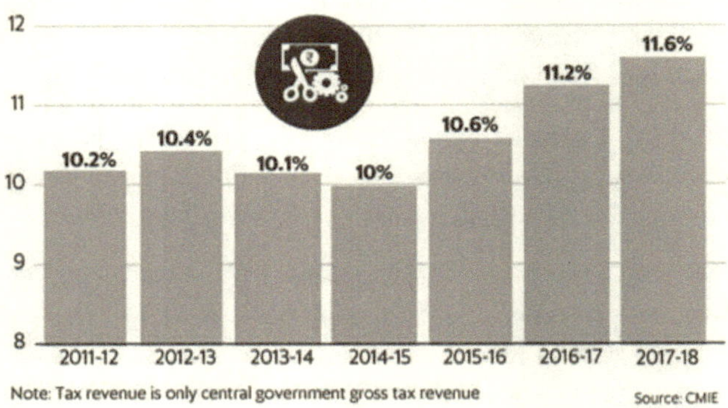

7.10.4 மாநிலத் தேர்தல்களில் பண மதிப்பு நீக்க நடவடிக்கைக்கு மக்கள் ஆதரவு இருந்ததா?

பண மதிப்பு நீக்கத்துக்குப் பின் 2017 ம் ஆண்டு ஏழு மாநிலங்களில் தேர்தல் நடந்தது. மக்கள் உங்களை மன்னிக்க மாட்டார்கள் என்று

எதிர்க்கட்சிகள் பலமாக பிரசாரம் செய்தன. ஏழு மாநிலங்களில் உத்தரப் பிரதேசம் உள்ளிட்ட ஆறு மாநிலங்களில் வெற்றிபெற்று ஆட்சியைக் கைப்பற்றியது பாஜக. இது, பண மதிப்பு நீக்க நடவடிக்கைக்கு மக்கள் ஆதரவாக இருக்கிறார்கள்; சாதாரண மனிதர்கள் கருப்புப் பணத்துக்கு எதிராக இருக்கிறார்கள் என்பதையே காட்டுகிறது என்றார் மோடி.

பண மதிப்பு நீக்கத்துக்குப் பின் நடந்த தேர்தல்களில் பாஜகவின் வெற்றி, தோல்விகள்		
பஞ்சாப்	பிப்ரவரி 2107	தோல்வி
கோவா	பிப்ரவரி 2017	இரண்டாமிடம் வந்து கூட்டணிக் கட்சிகளுடன் சேர்ந்து ஆட்சி
உத்தரகாண்ட்	பிப்ரவரி 2017	வெற்றி
உத்தரப் பிரதேசம்	மார்ச் 2017	வெற்றி
மணிப்பூர்	மார்ச் 2017	இரண்டாமிடம் வந்து கூட்டணிக் கட்சிகளுடன் சேர்ந்து ஆட்சி
இமாச்சலப் பிரதேசம்	நவம்பர் 2017	வெற்றி
குஜராத்	டிசம்பர் 2017	வெற்றி

7.10.5 லட்சக்கணக்கானோர் வேலை இழப்பு என்கிறார்களே, உண்மையா?

பண மதிப்பு நீக்க நடவடிக்கையால் பலரும் வேலை இழந்தார்கள். குறிப்பாக மாநிலம் விட்டு மாநிலம் சென்று வேலை செய்பவர்கள். செண்டர் ஃபார் மானிடரிங் இந்தியன் எகானமி (சிஎம்ஐஈ) தகவல்படி, 2016ம் ஆண்டு வேலையில் இருந்தவர்கள் எண்ணிக்கை வருமாறு:

2016 - ஜனவரி-ஏப்ரல் - 40.1 கோடி
2016 - மே-ஆகஸ்ட் - 40.3 கோடி
2016 - செப்டெம்பர்-டிசம்பர் - 40.65
2017 - ஜனவரி-ஏப்ரல் - 40.5

இந்தப் புள்ளிவிவரத்தின்படி சுமார் 15 லட்சம் பேர் வேலை இழந்திருக்கிறார்கள். முழு ஆண்டுக்கும் என்று பார்த்தால் 2016-17ல் 40.67 கோடி. 2017-18ல் 40.62 கோடி.

7.10.6 டாலருக்கு எதிராக இந்திய ரூபாய் வலுவடைந்தது என்கிறார்களே?

ஆம், வலுவடைந்தது. விவரம் படத்தில்

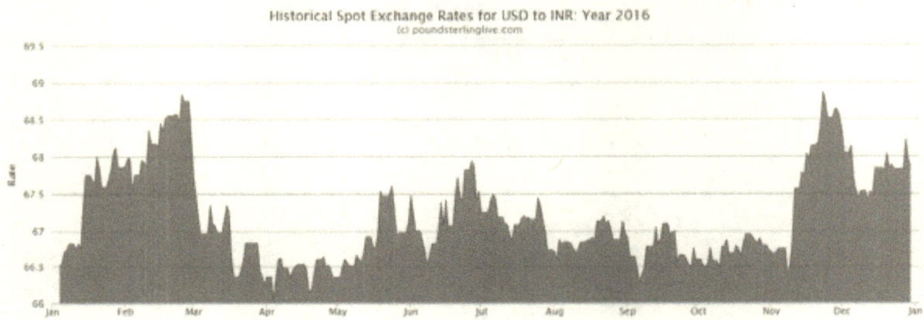

7.10.7 போலி ரூபாய் தாள்கள் குறைந்தனவா?

ரிசர்வ் வங்கி வெளியிட்டிருக்கும் தகவல்:

	ரூ	2015-16	2016-17	2017-18
1	1	2	3	4
2	2, 5	2	80	1
3	10	134	523	287
4	20	96	324	437
5	50	6,453	9,222	23,447
6	100	2,21,447	1,77,195	2,39,182
7	200	-	-	79
8	500 (பழையது)	2,61,695	3,17,567	1,27,918
9	500 (புதியது)	-	199	9,832
10	1000	1,43,099	2,56,324	1,03,611
11	2000	-	638	17,929

போலி ரூபாய்த் தாள்களின் எண்ணிக்கை குறைந்திருக்கிறது.
ஆனால் பண மதிப்பு நீக்கத்திற்கு முன்பிருந்த நிலைக்குதான்

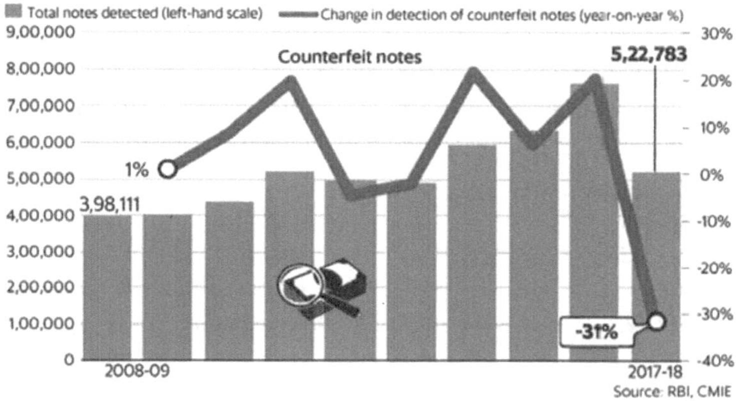

7. 10.8 தீவிரவாதம் ஒடுங்கியதா?

பண மதிப்பு நீக்கம் அறிவிக்கப்பட்டவுடன் மாவோயிஸ்ட் தீவிரவாதிகள், நக்சலைட் குழுக்களின் நடவடிக்கைகளும் தாக்குதல்களும் குறைந்தது உண்மைதான். இதற்குக் காரணம் அவர்களிடம் போதிய பணம் (செல்லக்கூடிய ரூபாய்த் தாள்கள்) இல்லாமல் போனது. அவர்கள் அதிகளவில் போலீசிடமும் இந்திய ராணுவத்தினரிடமும் சரணடைந்ததும் உண்மை. ஆனால் எல்லாம் சில மாதங்களுக்குத்தான். மீண்டும் ஆரம்பித்துவிட்டார்கள். ஜம்மு-காஷ்மிரில் தீவிரவாத நடவடிக்கைகள் குறைந்தன.

மத்திய ரிசர்வ் வங்கியின் மார்ச் 2016 ஆண்டறிக்கையின்படி, மொத்த ரூபாய்த் தாள்களின் எண்ணிக்கை 9,026 கோடி. அதில் 500 மற்றும் 1,000 ரூபாய் தாள்களின் எண்ணிக்கை 2,203 கோடி. மொத்த தாள்களில் 24 சதவிகிதம். கிட்டத்தட்ட நாலில் ஒரு பங்கு.

ரூபாய் மதிப்புப்படி புழக்கத்தில் இருந்தவை 16.42 லட்சம் கோடி. அதில் ரூ.500 மற்றும் 1000 தாள்கள் மட்டும் 14.18 லட்சம் கோடி. சதவிகித கணக்கில் இது 86%.

7.10.9 விவசாயிகளுக்கான கடன் தொகை வளர்ச்சி என்ன ஆனது?

பண மதிப்பு நீக்க நடவடிக்கை காரணமாக கிராமப்புற இந்தியாவில் விவசாயிகளுக்குக் கிடைக்கும் கடன் தொகைகளின்

அளவு பெரும் வீழ்ச்சி அடைந்தது. கூட்டுறவு சங்கங்களிடம் பணம் இல்லாமல் போனதே இதற்குக் காரணம்.

தவிரவும் பொதுத்துறை வங்கிகள் வழங்கிய கடன் அளவின் வளர்ச்சி கடுமையாக வீழ்ந்தது. தனியார் வங்கிகள் கொடுத்த கடன் தொகை வளர்ச்சியும் குறைந்தாலும் மிக மோசம் இல்லை. இதற்குப் பல காரணங்கள் இருக்கலாம்.

பண மதிப்பு நீக்கம் அறிவிக்கப்பட்டதற்கு ஐந்து நாள்கள் கழித்து, ரிசர்வ் வங்கி அனைத்து மாவட்ட கூட்டுறவு வங்கிகளையும் பணமதிப்பு நீக்கப்பட்ட தாள்களை டெபாசிட் பெறக்கூடாது என்று தடை செய்தது. கூட்டுறவு வங்கிகளில் செல்வாக்கு உள்ளவர்கள் அவர்களது கருப்புப் பணத்தைச் சுலபமாக மாற்றிவிடலாம் என்கிற அச்சம்தான் காரணம்.

கூட்டுறவு வங்கிகளில் செல்லாத ரூபாய்த் தாள்களைக் கட்டவோ, மாற்றவோ முடியாது என்று ஆகிவிட்டதால் கிராமப்புறங்களில் பெரும் சிரமம் ஏற்பட்டது. அப்போதுதான் வட இந்தியாவில் காஃரிப் பருவ அறுவடை முடிந்து, விற்பனை செய்து அதில் கிடைத்த பணத்தை விவசாயிகள், ரொக்கமாக வைத்திருந்தார்கள். அந்தப் பணத்தைக் கூட்டுறவு வங்கிகளில் கட்டமுடியாமலும், வேறு பொதுத்துறை வங்கிகளில் உடனடியாக கணக்கு தொடங்க முடியாமலும் சிரமப்பட்டார்கள்.

பணமதிப்பு நீக்கம் என்ற ஓர் அறிவிப்பால் அவர்கள் கையில் இருந்த மொத்த பணமும் சேமிப்பும் ஒன்றுமில்லாமல் போனது. மேலும், இதனால் அவர்களால் அடுத்த ராஃபி பருவ விதைப்புக் கான விதைகளையும் உரத்தையும் வாங்க முடியாமலும், வேலை

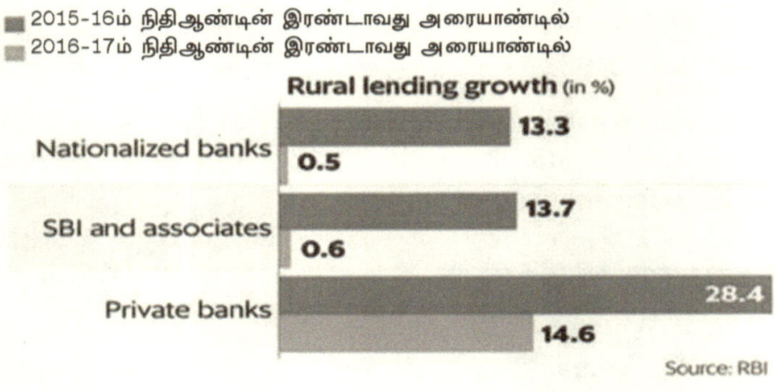

செய்தவர்களுக்குக் கூலி கொடுக்க முடியாமலும் சிரமத்துக்கு உள்ளானார்கள்.

பாதிக்கப்பட்ட விவசாயிகள் உச்ச நீதிமன்றத்தை அணுகினார்கள். ஆனால், இடைக்காலத்தில் சொந்தப் பணத்தைப் பயன்படுத்த முடியாத, வங்கியில் கடன் வாங்க முடியாத நிலையில் வெளிச் சந்தையில் அதிக வட்டிக்கு கடன் வாங்கி நஷ்டப்பட்டார்கள்.

7.10.10 வங்கிகளுக்கு இழப்பு ஏற்பட்டது உண்மையா?

ஆம்.கிட்டத்தட்ட 15 நாட்களுக்கு மொத்தம் 3 லட்சம் கோடி ரூபாய் வரையிலான தொகைக்கு வங்கிகளுக்கு வட்டி கிடைக்க வில்லை. ஆனால், அவை வட்டி கொடுக்கவேண்டிய நிலை.

கார்டுகளில் செய்யப்படும் பரிவர்த்தனைகளுக்கு அரசு, கட்டணம் வசூலிக்கக்கூடாது என்று சொல்லிவிட்டதால் அவற்றின்மீது கிடைத்துவந்த ஒரு சதவிகிதப் பணம் இழப்பு.

கட்டப்பட்ட 15 லட்சம் கோடி ரொக்கப் பணத்தை வாங்கி அவற்றை ரிசர்வ் வங்கிக்கு அனுப்பியதிலும், புதிய தாள்களைப் பெற்று அவற்றை குறுகிய காலத்தில் வினியோகம் செய்ய வேண்டியிருந்ததிலும், கூடுதல் ஆள்கள், வண்டி வாடகை என்ற பல விதங்களிலும் பல கோடி ரூபாய் செலவு.

ஏடிஎம் கட்டணங்கள் ரத்து செய்யப்பட்டதாலும் வங்கிகளுக்கு நட்டம். பண மாற்று வேலையிலேயே ஈடுபட்டதால், வங்கிகளால் வேறு லாபம் தரும் வேலைகளைப் பார்க்கமுடிய வில்லை.

பண மதிப்பு நீக்க நடவடிக்கையால், சிறு குறு தொழில்கள் பாதிக்கப்பட்டு, அவர்களால் வாங்கிய கடன்களுக்கு பணம் கட்டமுடியாமல் போனது. அதனாலும் வங்கிகளுக்கு நட்டம்.

மதிப்பு நீக்கம் செய்யப்பட்ட ரூபாய் தாள்களை ரிசர்வ் வங்கி கூடுதல் நேரம் எடுத்துக்கொண்டு 5 நாட்களுக்குப் பதிலாக வாரத்திற்கு ஆறு நாட்கள், தினசரி ஒரு ஷிஃப்டுக்கு பதிலாக இரண்டு ஷிஃப்ட்டுகள் வேலை செய்து சோதனை செய்திருக்கிறார்கள்.

வேகமாக செய்து முடிப்பதற்காக ரிசர்வ் வங்கி தன்னிடமிருந்த நோட்டு எண்ணும் இயந்திரங்கள் போக, கமர்ஷியல் வங்கிகளிடம் இருந்தும் சில இயந்திரங்களை வாடகைக்கு எடுத்திருக்கிறது.

7.10.11 கருப்புப் பணத்தை மறைப்பது இனி கடினமாகிவிடுமா?

உயர் மதிப்பு தாள்களாக இருந்தால்தான் அவை கருப்புப் பணமாக மறைக்கப்படுகிறது. மறைப்பதும் சுலபமாகிறது என்றார்கள். ஆனால் 1000 ரூபாய்த் தாளுக்குப் பதிலாக வெளியிடப்பட்டது 2000 ரூபாய்த் தாள்.

7.10.12 புழக்கத்தில் உயர்மதிப்பு தாள்கள் அளவு குறைந்ததா?

பணப் புழக்கத்திற்கு ரொக்கம் தேவைதான். ஆனால் உயர் மதிப்பு தாள்களாக இருக்கத் தேவையில்லை. சிறு 'டினாமினேஷன்ஸ்' தான் தேவை என்றார்கள்.

மொத்த ரொக்கப்பணத்தில் உயர் மதிப்புத் தாள்களின் சதவிகிதம்

அக்டோபர் 2016ல் பண மதிப்பு நீக்க நடவடிக்கைக்கு முன் 86.%

மார்ச் 2017ல் நடவடிக்கைப் பின் - 72.7%

மார்ச் 2018ல் - 80.2%

மார்ச் 2018ல் இருந்த மொத்த ரொக்கப்பணம் : 18.04 லட்சம் கோடி. கடந்த ஆண்டைவிட 37.7 % உயர்வு.

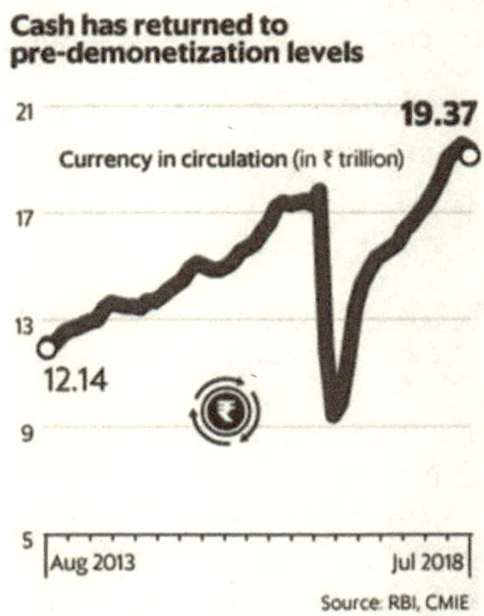

வளரும் பொருளாதாரத்தில் ரொக்கத்தின் தேவை அதிகரிக்குமே என்று கேட்கலாம். நியாயமான வாதம்தான். அதையும் சேர்த்துப் பார்ப்பதற்காக ஒரு விகிதாசாரம் வைத்திருக்கிறார்கள். அதன் பெயர் கரன்சி டு ஜிடிபி ரேஷியோ.

7.10.13 உள்நாட்டு உற்பத்தி மதிப்பில் (ஜிடிபி) நேரடி வரிப்பணத்தின் விகிதாசாரம் என்ன ஆனது?

நாட்டின் உள்நாட்டு உற்பத்தி மதிப்பான ஜிடிபிக்கும், புழக்கத்தில் இருக்கும் மொத்த ரொக்கப் பணமான கரன்சி இன் சர்குலேஷன் (CiC) க்குமான விகிதாசாரம் (ரேஷியோ) எவ்வளவு என்கிற பார்க்கிற வழக்கம் உண்டு. அந்த கரன்சி டு ஜிடிபி ரேஷியோ இந்தியாவில் அதிகமாக இருக்கிறது என்றும் அதைக் குறைக்கவேண்டும் என்றும் சொல்லப்பட்டது. அது உண்மையில் குறைந்ததா?

2015-16ல் கரன்சி டு ஜிடிபி ரேஷியோ 12.1%

2016-17ல் கரன்சி டு ஜிடிபி ரேஷியோ 8.8%

2017-18 ல் கரன்சி டு ஜிடிபி ரேஷியோ 10.9%

குறைந்தது. ஆனால் மீண்டும் கூடிவிட்டது.

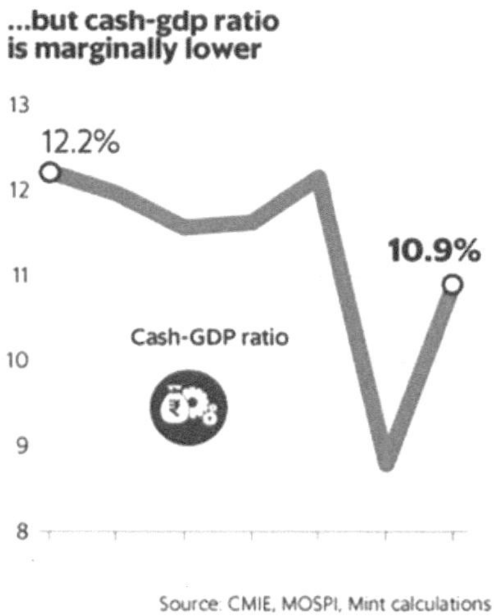

7.10.14 மின்னணுப் பறிமாற்றம் வெற்றியா ?

இல்லை. அது ஆரம்ப ஜோர் மட்டுமே. ரொக்கப் பணத்தில் இருந்து மின்னணுப் பணப் பறிமாற்றத்துக்கு மாறவேண்டும், மாற்ற வேண்டும் என்பதும் பண மதிப்பு நீக்க நடவடிக்கையின் ஒரு நோக்கம் என்று பின்னால் சொல்லப்பட்டது. அதற்காக பல ஊக்குவிப்பு நடவடிக்கைகளும் மேற்கொள்ளப்பட்டன.

ரொக்கப் பணம் இல்லாமல் போனதால், மின்னணுப் பணப் பறிமாற்றத்தில் ஒரு பெரிய உயர்வு உண்டானது உண்மை. டெபிட் கார்டுகள் மூலம் வர்த்தம் செய்வது, வாங்குவது இரண்டும் பண மதிப்பு நீக்க நடவடிக்கைக்குப் பிறகு இரு மடங்கானது.

ஆனால் கிரெடிட் கார்டுகள் மூலம் வாங்குதலில் அவ்வளவு உயர்வு இல்லை. மொபைல் வாலட் மூலம் வாங்குதலில் உடனடி உயர்வு இருந்தாலும் 2017 மத்தியில் மீண்டும் குறைந்துவிட்டது.

ஏப்ரல் 2018 வாக்கில் பார்த்தபோது மின்னணுப் பணப் பறிமாற்றம் முன்பைப்போல இருமடங்கு ஆகியிருந்தாலும் தொடர்ந்து வளர்ச்சி அடையவில்லை.

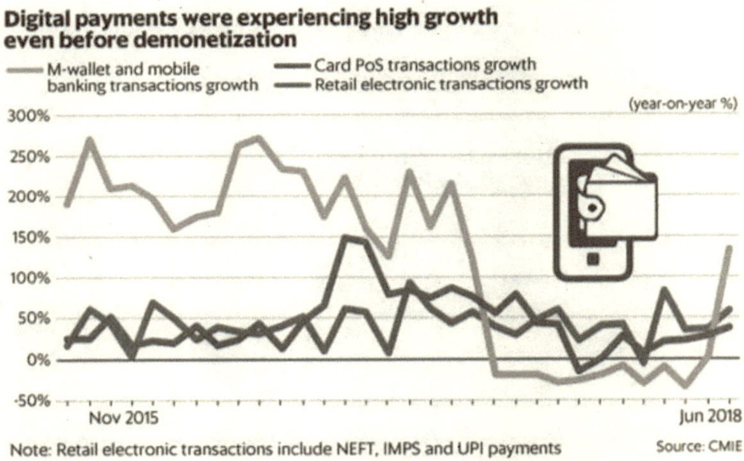

7.10.15 பொருளாதார வளர்ச்சி என்ன ஆனது?

பண மதிப்பு நீக்க நடவடிக்கையால் இந்தியப் பொருளாதார வளர்ச்சி பாதிக்கப்படும், 2% அளவு குறையும் என்றார் முன்னாள் பிரதமர் மன்மோகன் சிங். அவ்வாறே குறைந்தது.

7.10.16 மங்கிய ஜிடிபி வளர்ச்சி

இந்தியாவின் பொருளாதார வளர்ச்சி 2017ம் ஆண்டின் ஏப்ரல் ஜூன் காலாண்டில் (2017-18ன் முதல் காலாண்டு) கடந்த மூன்று ஆண்டுகளில் இல்லாத அளவாக, 5.7% ஆகக் குறைந்தது. அதற்கு முந்தைய காலாண்டில் (Q4 2016-17) அதுவே 6.1% ஆக இருந்தது.

2016-17ன் முதல் காலாண்டுடன் ஒப்பிட்டால், நிலைமை மேலும் விளங்கும். (Q1 2016-17) ல் 7.9% ஆக இருந்திருக்கிறது.

ஆம் அது கவலைக்கு உரியதுதான் என்றும், பொருளாதாரத்துக்கு சவாலானதுதான் என்றும் கூறினார் நிதி அமைச்சர் அருண் ஜெட்லி.

சுரங்கங்கள், உற்பத்தி மற்றும் கட்டுமான துறைகளில் வளர்ச்சி குன்றிப்போனது முக்கியக் காரணம். வரவிருக்கும் ஜிஎஸ்டியும் இதில் பங்களித்திருக்கலாம் என்று நம்பப்பட்டது. பண மதிப்பு நீக்க நடவடிக்கைக்காகப் பெரும் விலை கொடுத்திருக்கிறோம் என்றார் உலக வங்கியின் முன்னாள் உதவித் தலைவரும் பொருளாதார வல்லுனருமான கௌஷிக் பாசு.

எங்கே எவ்வளவு குறைந்தது?

இந்தியாவின் ஒட்டுமொத்த பொருளாதார வளர்ச்சி குறைந்தது என்றாலும் அதன் தாக்கம் வெவ்வேறு பகுதிகளில் வெவ்வேறு விதமாக இருந்திருக்கிறது. நகர்ப்புறங்களும் வங்கிகள் அதிகம் இருக்கும் இடங்களிலும் பாதிப்பு குறைவுதான். கிராமப்புறங் களிலும் வங்கிகள் அதிகம் இல்லாத இடங்களிலும் கடுமையான பாதிப்பு ஏற்பட்டிருக்கிறது என்பதை ஓர் ஆய்வு எடுத்துக் காட்டுகிறது.

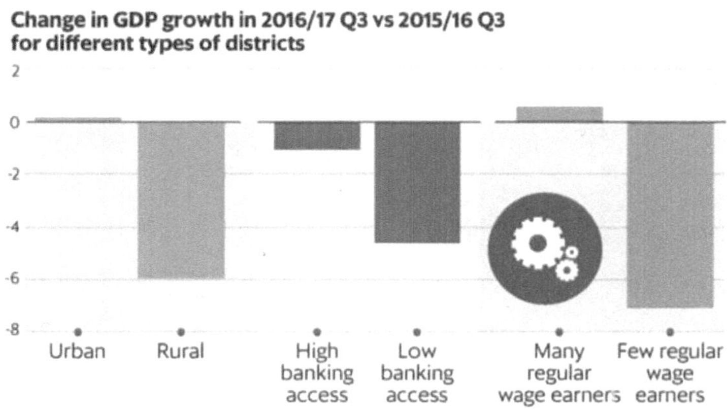

7.10.17 ரிசர்வ் வங்கிக்கு கூடுதல் செலவு

ரிசர்வ் வங்கி 2016-17 ல் 7,965 கோடி, 2017-18ல் 4,912 கோடி செலவு செய்து புதிய தாள்கள் அடித்துப் புழக்கத்தில் விட்டது. மொத்தம், 13000 கோடி செலவு.

7.10.18 அரசுக்கு ரிசர்வ் வங்கி தரும் டிவிடெண்ட் குறைந்தது

அரசுக்கு ரிசர்வ் வங்கி கொடுக்கும் டிவிடெண்ட் குறைந்தது. 2015-16ல் கொடுத்த டிவிடெண்ட் ரூ 65,676 கோடி. 2016-17ல் கொடுத்தது ரூ. 30,659 கோடி மட்டுமே. 201-18லும் 50,000 கோடிதான்.

கிட்டத்தட்ட 1.5% ஜிடிபி குறைந்தது. இழப்பு, 2.25 லட்சம் கோடிகள். 15 கோடி பேர்கள் பல வாரங்களுக்கு வேலை இழந்தார்கள். சிறுகுறு தொழில்கள் பாதிக்கப்பட்டன என்று பி.சிதம்பரம் டிவீட் செய்தார்.

8

முதலாவது ‘டிமான்’ – 1946

ரிசர்வ் வங்கி வெளியிட்டு புழக்கத்தில் இருக்கும் ரூபாய் தாள்கள் இதற்கு முன்பும் மதிப்பு நீக்கம் செய்யப்பட்டுள்ளது.

இந்தியாவில் முதல் டிமானிடைஷேசன் அவசரச் சட்டம் பிறப்பிக்கப்பட்டது நாடு விடுதலை பெறுவதற்கு முன்னால், 1946ம் ஆண்டில். அப்போதைய கவர்னர் ஜெனரல் ஆஃப் இந்தியா ஃபீல்ட் மார்ஷல் ஆர்சிபால்ட் வேவெல் அந்த அவசரச் சட்டத்தைப் பிறப்பித்தார். 12 ஜனவரி 1946, சனிக்கிழமை அறிவிப்பு செய்யப்பட்டது.

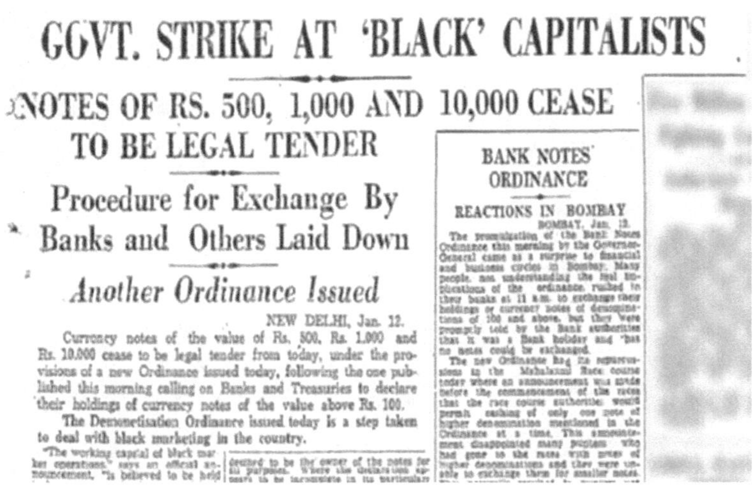

GOVT. STRIKE AT 'BLACK' CAPITALISTS

NOTES OF RS. 500, 1,000 AND 10,000 CEASE TO BE LEGAL TENDER

Procedure for Exchange By Banks and Others Laid Down

Another Ordinance Issued

NEW DELHI, Jan. 12.

Currency notes of the value of Rs. 500, Rs. 1,000 and Rs. 10,000 cease to be legal tender from today, under the provisions of a new Ordinance issued today, following the one published this morning calling on Banks and Treasuries to declare their holdings of currency notes of the value above Rs. 100.

The Demonetisation Ordinance issued today is a step taken to deal with black marketing in the country.

"The working capital of black market operations," says an official announcement, "is believed to be held ...

... deemed to be the owner of the notes for all purposes. Where the declaration appears to be inaccurate in its particulars ...

BANK NOTES ORDINANCE

REACTIONS IN BOMBAY

BOMBAY, Jan. 12.

The promulgation of the Bank Notes Ordinance this morning by the Governor-General came as a surprise to financial and business circles in Bombay. Many people, not understanding the real implications of the ordinance, rushed to their banks at 11 a.m. to exchange their holdings of currency notes of denominations of 100 and above, but they were promptly told by the Bank authorities that it was a Bank holiday and that no notes could be exchanged.

The new Ordinance had its repercussions in the Mahalaxmi Race course today where an announcement was made before the commencement of the races that the race course authorities would permit cashing of only one note of higher denomination mentioned in the Ordinance at a time. This announcement disappointed many punters who had gone to the races with notes of higher denominations and they were unable to exchange them for smaller notes.

1939 முதல் 1945 வரை காலனி அரசு கிட்டத்தட்ட 25 லட்சம் இந்தியர்களை இரண்டாம் உலகப் போருக்காக வேலைக்கு எடுத்திருந்தது. போர் முடிந்ததும் அவர்களை எல்லாம் வேலையில் இருந்து விடுவித்து, அதனால் தொழில்களும் வியாபாரமும் நசிந்துபோய் நாட்டில் வேலை இல்லாத் திண்டாட்டம் இருந்த நேரம். அந்த நிலையில்தான் பண மதிப்பு நீக்க நடவடிக்கை அறிவிக்கப்பட்டது.

இரண்டாம் உலகப் போரின்போது நேசப்படைகளுக்கு பொருள்கள், தளவாடங்கள் சப்ளை செய்தவர்கள் ஈட்டிய கொள்ளை லாபத்தை, கணக்கில் காட்டி வரி கட்டாமல், ஏய்த்திருக்கிறார்கள். அவர்களிடம் இருக்கும் கருப்புப் பணத்தைப் பிடிக்கவே பண மதிப்பு நீக்க நடவடிக்கை என்று சொல்லப்பட்டது.

இரண்டாம் உலகப் போருக்குப் பிறகு நாட்டில் பொருளாதார சுணக்கம் வந்துவிடக்கூடாது என்பதற்காகவும், போர் காரண மாகவும் கருப்புப் பண நடவடிக்கையில் அழுத்தத்தைக் குறைக்கும் வகையிலும் பிரான்ஸ், பெல்ஜியம், பிரிட்டன் போன்ற நாடுகள் செய்ததைப் போலவே இந்தியாவிலும் உயர் மதிப்பு ரூபாய் தாள்களைப் பண மதிப்பு நீக்கம் செய்வதெனும் முடிவு எடுக்கப்பட்டதாகச் சொல்கிறார்கள்.

ஒரு வேறுபாடு என்னவென்றால் இது சுதந்தரத்திற்கு முன் நடந்தது. அப்போது இன்றைக்கு இந்தியாவில் இருக்கும் எல்லா மாநிலங்களும் பிரிட்டிஷ் இந்தியா என்ற அமைப்பின்கீழ் இல்லை. அதனால் ரிசர்வ் வங்கி வெளியிட்டிருந்த இந்திய ரூபாயின் 40 சதவிகிதத் தாள்கள் மட்டுமே இந்திய மாநிலங்களில் (பிரிட்டிஷ் இந்தியாவில்) இருந்தன. மீதம் 60% சமஸ்தானங்களின் மன்னர்களிடம்தான் இருந்தது. இந்த நடவடிக்கைக்குப் பிற சமஸ்தானங்களும் ஒத்துழைக்கவேண்டும் என்று கேட்டுக் கொள்ளப்பட்டது.

ரிசர்வ் வங்கி ஆளுநரின் அதிருப்தி

அப்போது மத்திய நிதி அமைச்சகத்தின் செயலாளராக இருந்த என். சுந்தரேசன் ரிசர்வ் வங்கியின் உதவி ஆளுநர் டிரெவோர் என்பவரை 1945 டிசம்பர் மாத இறுதியில் அழைத்துப் பேசினார்.

அதைப் பற்றி சுந்தரேசன் குறிப்பிடுகையில், 'ரிசர்வ் வங்கி அதிகாரிகளுக்குப் பண மதிப்பு நீக்க நடவடிக்கையில்

ஆர்வமில்லை. பணவீக்கம் இருந்தால் அதைச் சரி செய்ய இது வழியல்ல. புதிதாகத் தேர்வு செய்யப்பட்டிருக்கும் அசெம்ப்ளி கூடுவதற்கு முன்பாக இப்படி ஓர் அவசரச் சட்டம் பிறப்பிப்பது 'அவசர நிலை' போல இருக்கிறது.

வரி ஏய்ப்பாளர்களைப் பிடிப்பதுதான் முக்கிய நோக்கமாக இருக்க வேண்டும். நேர்மையாக வரி கட்டும் மனிதர்களை இது அலைக் கழிக்கக்கூடாது. மேலும் மக்களுக்கு நாட்டின் பணத்தின்மீது இருக்கும் நம்பிக்கையைக் குறைப்பது போன்ற எந்த நடவடிக்கையையும் ரிசர்வ் வங்கி மேற்கொள்ளக்கூடாது' என்றும் சொன்னார்.

இவற்றையெல்லாம் ரிசர்வ் வங்கியின் பார்வைகளாகத் தெரிவித்துவிட்டு, ஆளுநர் ஒப்புக்கொண்டால் அவசரச் சட்டம் சரிதான். ஆனால், நாட்டில் இருக்கும் 5,700 ஷெட்யூல்ட், ஆன் ஷெட்யூல்ட் மற்றும் நாந்ஷெட்யூல்ட் வங்கிகளுக்கு இது சிரமம்தான் என்றார் சுந்தரேசன்.

இறுதியாக ஆளுநர் எழுதியதாக சுந்தரேசன் குறிப்பிட்டிருப்பது பின்வரும் சுட்டியில் இருக்கிறது. (RBI History 1935-51 - www.rbi.org.in/scripts/RHvol-1.aspx, pg 705). இந்த நடவடிக்கைமூலமாக நம்மால் 10 கோடி ரூபாய்கூடப் பெற முடியாது. இதற்கு இணையானதொன்றோ முன் உதாரணமோ எங்கும் கிடையாது. பழைய தாள்களுக்குப் புதிய தாள்கள், அவை குறைந்த மதிப்பிலான தாள்களாக இருந்தாலும் ரொக்கத்துக்கு ரொக்கம் கொடுத்து கருப்புச் சந்தையை முற்றிலும் ஒழித்துவிட முடியாது என்று ரிசர்வ் வங்கி ஆளுநர், சர் சிண்டமேன் தேஷ்முக் நினைக்கிறார்.

படிவங்களில் நாம் தெரிவித்திருக்கும் நோக்கங்களை அடையத்தான் இந்த நடவடிக்கை என்றால், அவர் நம்மை மீண்டும் ஒருமுறை இது குறித்துத் தீவிரமாக சிந்திக்கச் சொல்கிறார்.

உயர் மதிப்பு தாள்களை வைத்திருக்கும் சாதாரண மனிதர்களுக்கு அலைக்கழிப்பு நடக்காது என்றும், இதன் மூலம் கணிசமான வரி வருமானம் வரும் என்றும் அரசு நினைத்தால், ஏற்படக்கூடிய நிர்வாகச் சிரமங்களைப் பாராமல், வரைவு செய்யப்பட்டிருக்கும் விதத்திலான நடவடிக்கைக்கு அவர் மறுப்பு தெரிவிக்க விரும்ப வில்லை என்கிறார்.

டிமானிடைசேஷன், 1946

ஐநூறும் அதற்கு மேல் இருக்கும் தாள்களும்தான் அப்போது பண மதிப்பு நீக்கம் செய்யப்பட்டன. 100 ரூபாய்த் தாளை விட்டுவிட்டார்கள். 1946 பண மதிப்பு நீக்க நடவடிக்கையின் போது எந்தப் புதிய டினாமினேஷனும் அறிமுகப்படுத்தப்பட வில்லை. மேலும் மதிப்பு நீக்கம் செய்யப்பட்ட பணத்தை மாற்றிக்கொள்ள மக்களுக்கு பத்து நாள்கள் அவகாசம் கொடுக்கப்பட்டது. அதாவது 23 ஜனவரி வரை. கெடு முடிந்த பின்பு கெடு 9 பிப்ரவரி வரை நீட்டிக்கப்பட்டது. ஆனால் ஏன் முதல் 10 நாட்களில் சமர்ப்பிக்க முடியவில்லை என்பதற்கான காரணம் சொல்லப்படவேண்டும் என்றார்கள்.

அவசரச் சட்டம் இந்திய மகராஜாக்களுக்கும் பொருந்தியது. என்ன, அவர்களுக்கு தனிப்படிவம். அவ்வளவுதான் வேறுபாடு.

விளைவுகள்

அதிர்ச்சியில் சிலர் இறந்ததாகத் தகவல்.

தங்கம் மற்றும் வைரத்தின் விலை அதிகரித்தன. தங்கம் விலை ஒரு தோலாவுக்கு (11.33 கிராமுக்கு) ரூ.73ல் இருந்து ரூ.96 ஆனது. கிட்டத்தட்ட 33% உயர்வு.

வெள்ளி விலை அதிகரிக்கவில்லை.

சில முதலாளிகள் அவர்களது ஊழியர்களிடம் உயர் மதிப்புத் தாள்களைக் கொடுத்து அவை அவர்களது சேமிப்பு என்று எழுதிக்கொடுத்து மாற்றித் தரச் சொல்லியிருக்கிறார்கள்.

சிலருடைய கருப்புப் பணம் காரணமாக பங்குச்சந்தையில் சமீப காலமாக இருந்த ஓட்டம், இந்த நடவடிக்கையால் தடைபட்டிருக்கிறது என்று விமர்சனங்கள் எழுந்தன.

கோவில்களில் அர்ச்சகர்களுக்கு அதிக உயர் மதிப்புத் தாள்கள் கிடைத்தன. அவற்றையும் விரைவில் மாற்றிக்கொள்ள அரசு அறிவுறுத்தியது.

தள்ளுபடி விலையில் உயர் மதிப்பு ரூபாய்த் தாள்கள்

மும்பையின் சில சந்தைகளில் 1,000 ரூபாய் தாள்கள் 60 முதல் 70% வரை தள்ளுபடி விலையிலும், 100 ரூபாய் தாள்கள் 10% கூடுதல் விலை பிரிமியத்திலும் கிடைத்தது.

பின்பு, 100 ரூபாய் தாள்களும் பண மதிப்பு நீக்கம் செய்யப்படும் என்று வதந்தி பரவியதால், சில இடங்களில் அவற்றையும் குறைந்த விலைக்கு விற்றனர். சிலர் வாங்கினார்கள். ரூபாய்களைப் பல்வேறு விலைகளுக்கு வாங்குவது-விற்பது (வர்த்தகம் செய்வது) கூடாது என்று அரசு எச்சரித்தது.

'உயர் மதிப்பு ரூபாய்த் தாள்களை ரிசர்வ் வங்கியிலும் ஏனைய குறிப்பிடப்பட்ட வங்கிகளிலும் மாற்றும்போது அதே மதிப்புக்கு மாற்றப்படுவதில்லை. குறைத்தே தரப்படுகின்றன' என்று வதந்தி பரவ, 'அதெல்லாம் இல்லை, நம்பாதீர்கள்' என்ற ரிசர்வ் வங்கியின் மறுப்பும் விளக்கமும் செய்தித்தாள்களில் வெளியிடப் பட்டது.

'கருப்பு பண முதலைகள் கைகளில் இருப்பது பணமல்ல. ஏழைகளின் ரத்தம். இந்த நடவடிக்கையோடு நிறுத்தக்கூடாது. அவர்கள் வசம் இருக்கும் தங்கம் 100 தோலாவுக்கு மேலிருந்தால் பறிமுதல் செய்யவேண்டும்' என்றெல்லாம் மக்கள் பத்திரிக்கை களுக்கு எழுதிய கடிதங்களில் பொங்கினார்கள்.

ஆனால், தேசியத் தலைவர்கள் இந்த நடவடிக்கையை ஆதரிக்கவில்லை. பின்பு குடியரசுத் தலைவரான பாபு ராஜேந்திர பிரசாத், 'காங்கிரஸ்காரர்களான எங்களுக்கு கருப்புச்சந்தை ஆட்கள்மீது எந்த அனுதாபமும் கிடையாது. ஆனால், நேர்மையாகச் சம்பாதித்து சேர்த்து வைத்திருக்கும் நடுத்தர வர்க்கம் மற்றும் கீழ்தட்டு மக்கள் இதனால் பாதிக்கப்படுவார்கள் என்கிறோம்' என்றார். மேலும் 'போர்க் காலத்தில் போடப்பட்ட அவசரச் சட்டங்கள்தான் கருப்புச் சந்தைகளுக்கு வழிவகுத்தது. இப்போது இப்படிப்பட்ட அவசரச் சட்டம் கொண்டுவருவதால் பலனிருக்காது' என்றும் சொன்னார்.

ரகசியம்

தில்லியில் பல உயர் அதிகாரிகள் உயர் மதிப்பு ரூபாய்த் தாள்களுடன் தடுமாறினார்கள் என்பதிலிருந்தே அப்போதும் பண மதிப்பு நீக்க நடவடிக்கை படு ரகசியமாகவே வைக்கப் பட்டிருந்தது என்பது தெரியவருகிறது.

அந்த நடவடிக்கை குறித்து ரிசர்வ் வங்கி ஆளுநர் மற்றும் 'பைனான்ஸ் மெம்பர் ஆஃப் வைசிராய்ஸ் கவுன்சில்' உள்பட மொத்தம் எட்டு நபர்களுக்குத்தான் தெரியும். 'பைனான்ஸ்

மெம்பர்' என்பது இப்போதைய மத்திய நிதி அமைச்சருக்கு இணையான பதவி.

நாட்டின் விடுதலைக்குப் பின்னால் நேருவின் அமைச்சரவையில் நிதி அமைச்சராக இருந்த சிண்டமேன் தேஷ்முக் தான் ரிசர்வ் வங்கியின் ஆளுநர். அவர் சொல்லச் சொல்ல அதிகாரிகளே தட்டச்சு செய்திருக்கிறார்கள். தட்டச்சு செய்யும் உதவியாளர் களைக்கூட, விஷயம் வெளியில் தெரிந்துவிடக்கூடாது என்று அனுமதிக்கவில்லை.

அவர்களுக்குள் பரிமாறிக்கொண்ட விவரக் குறிப்புகளுக்கு நகல்கள், கார்பன் பிரதிகள் கிடையாது. அவை எரிக்கப்பட்டன. அந்தக் காலகட்டத்தில் ரிசர்வ் வங்கியின் கரன்சி டிபார்ட் மெண்டுக்குக் கூடுதல் பணியாளர் ஒருவரைக்கூடக் கொடுக்க வில்லை. சந்தேகம் வந்துவிடக்கூடாது அல்லவா?

ஜனவரி 12 அன்று அவசரச் சட்டம் தயாரித்து, அதை ஒரு தனி விமானத்தில் புனாவிற்கு எடுத்துச்சென்று, வைசிராயின் கையெழுத்து வாங்கியிருக்கிறார்கள்.

ரிசர்வ் வங்கிக்கு வந்த தாள்கள்

இப்படியெல்லாம் செய்தது நல்ல பலனளித்தது. மொத்தம் 47 கோடிக்கு உயர் மதிப்புத் தாள்கள் ரிசர்வ் வங்கி வசம் ஒப்படைக்கப்பட்டன.

உயர் மதிப்புத் தாள்களை வைத்திருந்து கொடுத்ததில், மும்பைக்கு முதலிடம், ரூ. 27 கோடி. கொல்கத்தாவிற்கு இரண்டாம் இடம், ரூ. 7 கோடி. கராச்சி 3 கோடி, லாகூர் 2.5 கோடி (இப்போதைய பாகிஸ்தான் நகரங்கள்). சென்னை கோடியைத் தொடவில்லை. வெறும் 60 லட்சம்தான். தில்லியில் சொல்லிக்கொள்ளுமாறு ஏதும் இல்லை.

திரும்பி வந்த பணம்

அப்போது மதிப்பு நீக்கம் செய்யப்பட்ட ரூ.143.97 கோடி உயர் மதிப்பு நோட்டுகளில் ரூ.134.9 கோடி மாற்றிக்கொள்ளப்பட்டு விட்டது. வெறும் 9.07 கோடி பணம் மட்டுமே மதிப்பு நீக்கம் செய்யப்பட்டது. அப்போது ஏடிஎம்களோ டெபிட் கிரெடிட் கார்டுகளோ இண்டர்நெட் பேங்கிங்கோ கிடையாது.

அதைப் பற்றி தாதாபாய் நௌரோஜி நினைவுப் பரிசு நிதி சொற்பொழிவுகளில் பேசிய சர். சிண்டாமேன், நடவடிக்கை வெற்றி பெறவில்லை என்றார். அரசாங்கத்திடம் சமர்ப்பிக்கப் பட்டவை ஒருவருடைய கடின உழைப்பால் சேமித்து வைக்கப் பட்ட நோட்டுகளா அல்லது கருப்புச் சந்தையில் கிடைத்த கொள்ளை லாபமா என்பதை நிரூபிக்க முடியவில்லை. திரும்பி வந்த நோட்டுகளின் அளவைப் பார்த்தால் இது வெறும் கன்வர்ஷன் வேலை தானே தவிர பண மதிப்பு நீக்கம் அல்ல என்றார் அவர்.

9

இரண்டாம் முறை – 1978

*1946*ல் ரிசர்வ் வங்கி ஆளுநர் தேஷ்முக்கின் அதிருப்தியையும் தாண்டி பிரிட்டிஷ் இந்தியாவின் அரசு பண மதிப்பு நீக்க நடவடிக்கையை எடுத்தது என்று பார்த்தோம்.

அதன்பின் மற்றொரு பண மதிப்பு நீக்க நடவடிக்கை *1978*ல் பிரதமர் மொரார்ஜி தேசாய் அவர்களால் மேற்கொள்ளப்பட்டது. அதன் விவரங்களைப் பார்ப்பதற்கு முன்பாக, இடைப்பட்ட காலத்தில் ரொக்கம், நாணயங்கள் தொடர்பாக இந்தியாவில் வேறு என்னென்ன நடந்திருக்கின்றன என்றும் பார்த்துவிடலாம்.

1949

*1949*ல் கச்சத் தீவில் கோரி என்ற பணம் இந்திய ரூபாயாக மாற்றப்பட்டது. அந்தப் பணம் தாளாக இல்லாமல் வெள்ளியாக இருந்ததால், அதிக வெள்ளி சந்தைக்கு வந்து, சந்தையில் விலை ஏற்றங்கள் ஏற்பட்டன.

கோரி நாணயம்

அதன்பின் நவம்பர் 1949ல் ஹைதராபாத் இந்தியாவுடன் சேர்த்துக்கொள்ளப்பட்டவுடன் அங்கு புழக்கத்தில் இருந்த 148 ஆண்டுகள் பழமையான ஒஸ்மானியா சிக்கா ருப்பி என்ற பணம் (ஐதராபத்ருப்பி என்றும் சொல்வார்கள்) 1957ம் ஆண்டு இந்தியப் பணமாக மாற்றப்பட்டது. மாற்றிக்கொள்ள மக்களுக்கு 2 ஆண்டுகள் அவகாசம் கொடுக்கப்பட்டது.

10 ரூ. ஒஸ்மானியா சிக்கா முன்புறம் / பின்புறம்

1954

1954 வரை பாண்டிச்சேரி (புதுச்சேரி) உள்ளிட்ட பிரெஞ்சு காலனிகளில் பிரான்ஸ் கரன்சியான *1, 10* மற்றும் Roupie புழக்கத்தில் இருந்தது.

1963-64

*1963-64*ல் அதுவரை புழக்கத்தில் இருந்த கால் அணா, அரை அணா, ஓர் அணா எல்லாம் ரிசர்வ் வங்கியால் நயா பைசாக்களாக மாற்றப் பட்டன.

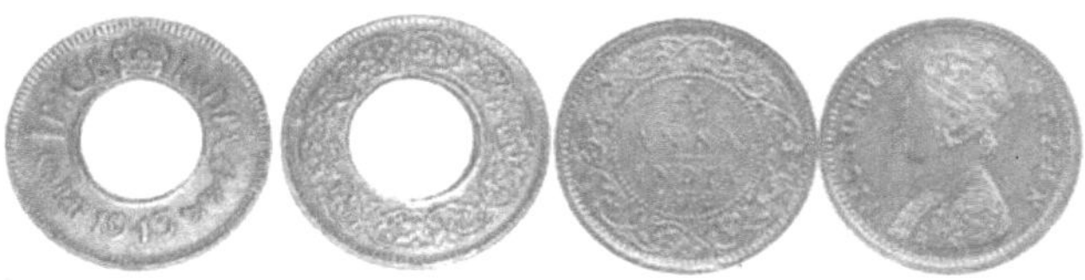

காலாணா / அரையணா

1965

*1965*ல் அப்போதைய நிதி அமைச்சர் டி.டி. கிருஷ்ணமாச்சாரியிடம் நாட்டில் மிக அதிக அளவில் கருப்புப் பணம் இருக்கிறதே, ஏன் பண மதிப்பு நீக்கம் செய்யக்கூடாது என்று கேட்டிருக்கிறார்கள். அதற்கு அவர், கருப்புப் பணம் குறித்துச் சொல்லப்படும் தொகைகள் மிகையாகவே சொல்லப்படுகின்றன. மேலும், பண

மதிப்பு நீக்கத்தால் அதைக் கட்டுப்படுத்தமுடியாது. காரணம், கருப்புப் பணம், பாண்டுகளாகவும் பங்குகளாகவும் சொத்து களாகவும் வெவ்வேறு வடிவங்களில் மறைந்திருக்கின்றன என்றார் அவர்.

1967

போர்ச்சுக்கீசியர்களின் காலனிகளாக இருந்த கோவா, டையு மற்றும் டாமனில் 5, 10, 20, 50, 100 மற்றும் 500 Rupia புழக்கத்தில் இருந்தது. பின்புதான் அவற்றுக்குப் பதிலாக இந்திய ரூபாய் வழங்கப்பட்டது.

1970

1970ல் ஸ்ரீலங்காவில் 100 மற்றும் 50 ரூபாய் தாள்களை பண மதிப்பு செய்ததும், இந்தியாவில் நேரடி வரிவிதிப்பு பற்றி ஆராய, நீதிபதி கைலாஷ் நாத் வான்சூ தலைமையில் ஒரு குழு அமைத்தார்கள். அந்தக் குழு, 10 ரூபாய் தாள் வரை பண மதிப்பு நீக்கம் செய்து மாற்றப்படவேண்டும் என்று பரிந்துரை செய்தது.

அந்தப் பரிந்துரையை நடைமுறைப்படுத்தியிருந்தால், ரிசர்வ் வங்கி 350 கோடி தாள்கள் அச்சடித்து, பல்வேறு இடங்களுக்கு அனுப்பி, மக்களிடம் மாற்றிக்கொடுத்திருக்கவேண்டும். 350 கோடி தாள்கள் என்பது வழக்கமாக ஓராண்டில் அடிப்பதைப் போல பத்து மடங்கு. ஆகவே அதை ரகசியமாகச் செய்திருக்க சமுடியாது. அப்போது அதைச் செய்யவில்லை. மீண்டும் மீண்டும் அதற்கான கோரிக்கை வந்தபோது பிரேம் சங்கர் என்ற கட்டுரையாளர் டைம்ஸ் ஆஃப் இந்தியா 28 ஆகஸ்ட் 1972ல் குறிப்பிட்டது.

> 'பண மதிப்பு நீக்கத்தால் பிரச்னைகள் ஏற்பட்டாலும்கூட, தவறு செய்பவர்களை அச்சுறுத்த வேண்டியிருக்கிறது. இந்த நடவடிக்கையின் உண்மையான பலன், அது பொருளாதாரத்திற்குக் கொடுக்கும் பலன்தான். வரி ஏய்ப்பை வழக்கமாகச் செய்பவர்கள் அப்படிச் செய்வதற்குக் காரணம், நம்முடைய சட்டங்கள் அதற்கு இடம் கொடுப்பதுதான். அதற்காகவாவது அவ்வப்போது பண மதிப்பு நீக்கம் செய்ய வேண்டும்'.

1972

அதே 1972ம் ஆண்டு, பாரதிய ஜனதா கட்சியின் முந்தைய வடிவமான ஜன சங்கம் ஜெய்ப்பூரில் நடந்த கட்சி மாநாட்டில் ஒரு

தீர்மானம் நிறைவேற்றியது. பண வீக்கத்திற்கும் கருப்புச் சந்தைக்கும் இடையே குடிமக்கள் நசுக்கப்படுகிறார்கள் என்றும் அதனால், பண மதிப்பு நீக்கம் தேவை என்றும் அதில் குறிப்பிடப் பட்டிருந்தது.

எமெர்ஜென்சி விலக்கிக் கொள்ளப்பட்டு தேர்தல் நடந்தபோது ஜனதா கட்சியின் ஓர் அங்கமாக ஜன சங்கமும் ஆட்சிக்கு வந்தது. அப்போது பண மதிப்பு நீக்க நடவடிக்கைக்கான வாய்ப்புகள் இருந்தன. ஜனதா கட்சியின் கூட்டணிக் கட்சிகள் ஆட்சிக்கு வந்து ஓராண்டு ஆகியிருந்த நிலையில், பிரதமர் மொரார்ஜி தேசாய் எவரும் எதிர்பாராத ஒரு நாளில் இனி ஆயிரம், ஐயாயிரம், பத்தாயிரம் ரூபாய் நோட்டுகள் செல்லாது. அவற்றைத் தடை செய்கிறோம் என்று அறிவித்தார்.

இது குறித்த விவரங்கள் ரிசர்வ் வங்கியின் சரித்திரம் மூன்றாவது பாகத்தில் இருக்கின்றன.

ரகசியம்

ஜனவரி 14, 1978 அன்று ரிசர்வ் வங்கியின் தலைமை கணக்காளர் அலுவலகத்தில் இருக்கும் ஒரு உயர் அதிகாரியான R.ஜானகிராமன் என்பவரிடம், எக்ஸ்சேஞ் கண்ட்ரோலில் ஓர் அவசர வேலை என்று சொல்லி தில்லிக்கு அழைத்திருக்கிறார்கள். தனியாக வரச் சொல்லியும் அவர் ஓர் உதவியாளரை அழைத்துப் போயிருக்கிறார்.

சென்றவரிடம், அடுத்த 24 மணி நேரங்களுக்குள் பணமதிப்பு நீக்க அவசரச் சட்ட வரைவு ஒன்றைத் தயாரிக்கச் சொல்லி இருக்கிறார்கள். டெல்லியில் இருந்த அவரை, அவருடைய மும்பை தலைமை அலுவலகத்தைத் தொடர்பு கொள்ளக்கூட அனுமதிக்கவில்லை. அவர், அவர்களிடம் 1946ஆம் ஆண்டு அவசரச் சட்டத்தின் நகல் கேட்டிருக்கிறார். பின்பு 1978 அவசரச் சட்ட வரைவு ஒன்றைத் தயாரித்துக் கொடுத்திருக்கிறார்.

அந்தச் சட்ட வரைவு அப்போதைய குடியரசுத் தலைவர் என். சஞ்சீவி ரெட்டிக்கு அனுப்பிவைக்கப்பட்டு, ஒப்புதலும் பெறப்பட்டது.

ஜனவரி 16 அறிவிப்பு

அதன் பிறகு ஜனவரி 16 அன்று இனி 1,000, 5,000 மற்றும் 10,000 ரூபாய்த் தாள்கள் செல்லாது என்று அகில இந்திய வானொலி

மூலம் காலை 9 மணி செய்தி புல்லட்டினில் நாட்டு மக்களுக்கு அவசரச் சட்டமாக அறிவிக்கப்பட்டிருக்கிறது. 1954ல் அறிமுகப் படுத்தப்பட்ட உயர் மதிப்பு ரூபாய்த் தாள்கள் இவை. அந்தச் சட்டத்தின் பெயர், ஹை டினாமினேஷன் பேங்க் நோட் (டிமானிடைஷேசன்) ஆக்ட் 1978.

பண மதிப்பு நீக்க அறிவிப்பு செய்வதற்கு இரண்டு நாள்கள் முன்பு, பிரதமர் மொரார்ஜி தேசாய் லட்சம் பேர் கலந்துகொண்ட மும்பை முனிசிபல் கார்ப்பரேஷன் கொடுத்த மாபெரும் வரவேற்பில் கலந்துகொண்டார். அங்கு பேசும்போது, பண மதிப்பு நீக்க நடவடிக்கை குறித்து சிறுகோடுகூட காட்டவில்லை.

அறிவிக்கப்பட்ட 16ஆம் தேதிக்கு அடுத்த நாள், ஜனவரி 17 அன்று எல்லா வங்கிகளின் கருவூலங்களும் மூடப்பட்டிருக்கும் என்றும் தெரிவிக்கப்பட்டது. காரணம், அன்றே வங்கிகளும் அரசு அலுவலகங்களும் அவர்கள் வசம் இருந்த செல்லாது என்று அறிவிக்கப்பட்ட ரூபாய்த் தாள்கள் எவ்வளவு என்ற விவரத்தை ஒரு 'ரிடர்ன்' ஆக மதியம் 3 மணிக்குள் ரிசர்வ் வங்கிக்கு அனுப்பவேண்டும் என்று தெரிவிக்கப்பட்டது. ஜனவரி 16 அறிவித்து, மக்கள் ஜனவரி 18 முதல் 24 க்குள் படிவம் நிறைவு செய்து, தாள்களை வங்கிகளில் கொடுத்து மாற்றிக்கொள்ளுமாறு அறிவுறுத்தப்பட்டார்கள். சில அச்சகங்கள் அந்தப் படிவங்களை வேகமாக அடித்து, மூன்று படிவங்கள் மூன்று ரூபாய் விலையில் விற்று, கொள்ளை லாபம் பார்த்திருக்கிறார்கள்.

1,000 ரூபாய்த் தாள்

1,000 ரூபாய்த் தாள் (கொடுக்கப்பட்டிருக்கும் முந்தைய 1000 ரூபாய் தாள் படத்தில் தஞ்சை பெரிய கோவில் படம் இருப்பதைப் பார்க்கலாம்)

5,000 ரூபாய்த் தாள்

10,000 ரூபாய்த் தாள் (கொடுக்கப்பட்டிருக்கும் முந்தைய 5,000 மற்றும் 10,000 ரூபாய் தாள்களில் இந்திய மொழிகள் ஏழில் மட்டுமே எத்தனை ரூபாய் என்று எழுதப்பட்டிருக்கிறது. ஐந்தாவதாக தமிழில் ஐந்தாயிரம் என்றும் பதினாயிரம் ரூபாய் என்று எழுதப்பட்டிருக்கிறது . (பழைய 'ஞ')

அவகாசம்

தங்கள் வசம் இருக்கும் செல்லாத ரூபாய் தாள்களை மாற்றிக் கொள்ள மக்களுக்கு ஒரு வாரம் அவகாசம் கொடுக்கப் பட்டிருக்கிறது. ரிசர்வ் வங்கி வாசலில் நீண்ட வரிசைகள். ஸ்டேட் பாங்க் ஆஃப் இந்தியாவின் தலைமை அலுவலக வாசலிலும் படிவங்கள் வாங்க நீளமான வரிசைகள்.

ரிசர்வ வங்கி, தலைமை அலுவலகம், பம்பாய்

கூடுதல் கவுண்டர்கள் திறக்கப்பட்டும், மாற்றிக்கொள்ள வாய்ப்புக் கொடுக்கப்பட்ட முதல் நாளான ஜனவரி 18 அன்று பெரும் குழப்பம் நிலவியது. வேலை நேரம் மாலை 6.30 மணி வரை நீண்டது. வெளிநாட்டு சுற்றுலாப் பயணிகள் சத்தம் போட்டார்கள். குறிப்பாக அரபு நாட்டிலிருந்து வந்திருந்த ஒரு குழுவினர்.

எதிர் வழக்குகள்

டிமானிடைஷேசன் சட்டம், 1978 மக்களின் அடிப்படை சொத்துரிமைக்கு எதிரானது என்று சொல்லி உச்சநீதிமன்றத்தில் வழக்கு போடப்பட்டது. அந்தச் சட்டம் அரசியலமைப்புச் சட்டத்துக்கு எதிரானது அல்ல என்று கூறி உச்ச நீதிமன்றம் வழக்கைத் தள்ளுபடி செய்தது.

7 நாட்கள் அவகாசம் போதாது என்று போடப்பட்ட வழக்கையும் உச்ச நீதிமன்றம் தள்ளுபடி செய்தது.

ஜே.ஆர்.ஷா மற்றும் சிலர் போட்ட வழக்குக்கு, ரிசர்வ் பேங்க் ஆஃப் இந்தியா (ஆர்பிஐ) ஆக்ட், 1934 சட்டத்தின்படி ரிசர்வ் வங்கிக்கு ரொக்கத்தின்மீது அதிகாரம் இருக்கிறதென்றும், செக்ஷன் 26ன் படி, மத்திய அரசுக்கு எந்த ரூபாய்த் தாளையும் செல்லாது என்று அறிவிக்க அதிகாரம் இருக்கிறதென்றும் உச்ச நீதிமன்றம் கருத்துத் தெரிவித்தது.

திரும்ப வந்ததும், வராததும்

1978 பண மதிப்பு நீக்க நடவடிக்கையின்போது வங்கிகள் மற்றும் அரசு கருவூலங்கள் தவிர்த்து பொது மக்களிடம் மட்டும் புழக்கத்தில் இருந்த மொத்த உயர் மதிப்பு (1000, 5000 மற்றும் 10000) ரொக்கப் பணம் 80.48 கோடி. அதில் திரும்ப வராத உயர் மதிப்பு தாள்களின் மதிப்பு 20.97 கோடி.

மொத்த மதிப்பான ரூ. 80.48 கோடி ரூபாயில் திரும்பி வராமல் மதிப்பிழந்து போன தாள்கள் ரூ. 20.97 கோடி. இது கிட்டத்தட்ட 25%. அந்த அளவு பணம், ரிசர்வ் வங்கிக்கும் அதன்மூலம் அரசுக்கும் லாபமானது.

1978 பண மதிப்பு நீக்க நடவடிக்கையின்போது 25 சதவிகித அளவு உயர் மதிப்பு தாள்கள் வராமல் போனதற்குக் காரணம், அப்போது அரசு செய்திருந்த அறிவிப்புகள்தான்.

	16 ஜனவரி 1978 நிலவரப்படி உயர் மதிப்பு தாள்கள் மதிப்பு ரூ. கோடிகளில் (1)	மாற்றிக்கொள்ள ரிசர்வ் வங்கியிடம் வந்த ரொக்க மதிப்பு ரூ. கோடிகளில் (2)	மாற்றத்துக்கு ஒப்புதல் அளிக்கப்பட்ட தாள்களின் மதிப்பு ரூ கோடிகளில் (3)	மொத்த தாள்களில் மாற்றத்துக்கு வந்த தொகையின் %	மொத்த தாள்களில் மாற்றிக் கொடுக்கப்பட்ட தொகையின் %
உயர் மதிப்பு தாள்களின் மதிப்பு	*145.42*	*124.45*	*116.31*	*85.6*	*80.0*
வங்கிகள் மற்றும் அரசு கருவூலங்களில் இருப்பது	*64.94*	*64.94*	*61.24*	*100.0*	*94.3*
பொது மக்களிடம் இருப்பது	*80.48*	*59.51*	*55.07*	*73.9*	*68.4*
பொது மக்களிடம் இருப்பது - %	*55.3*	*47.8*	*47.3*		

உயர் மதிப்பு தாள்கள் என்பது 1000, 5000 மற்றும் 10000 ரூபாய் தாள்கள்... (1) மற்றும் (2) ல் கொடுக்கப்பட்டிருக்கும் எண்கள் 30 ஜூன் 1978 நிலவரப்படி.... *தகவல் :* Reserve Bank of India, Annual Report 1977-78, p 38.

தங்களிடம் இருக்கும் அந்தத் தாள்களை குறைந்த மதிப்புத் தாள்களாக மாற்றிக்கொள்ள விழைபவர்கள், அந்தத் தாள்கள் அவர்களுக்கு எப்படிக் கிடைத்தன என்று படிவத்தில் எழுத வேண்டும். அது சரியில்லை என்று கண்டுபிடிக்கப்பட்டால், தவறான தகவல் கொடுத்ததற்காக சிறைக்கு அனுப்பப் படுவார்கள். மூன்று ஆண்டு சிறை தண்டனை.

இந்த ஷரத்து காரணமாகச் சிலர் அவர்களிடம் இருந்த உயர்மதிப்புத் தாள்களை மாற்றிக்கொள்ள வரவில்லை.

மேலும், வங்கிகளுக்கு எவரேனும் அதிக அளவில் உயர் மதிப்பு தாள்கள் எடுத்து வந்தால், வங்கி அதிகாரிகள் வருமான வரித் துறைக்குத் தகவல் கொடுக்க, அவர்கள் வந்து விசாரித்தார்கள். வரி கட்டாத பணம் என்று தெரிய வந்தால் உடனே 90% அபராதம் போட்டார்கள்.

இதனால் எல்லாம் மக்கள் தங்களிடம் இருக்கும் பணத்தை அல்லது பணத்தின் ஓர் அளவை மாற்றாமலே விட்டுவிட்டார்கள். வெகு சிலர் சில தாள்களை மட்டும் குறைந்த மதிப்புக்கு விற்றார்கள்.

அணில் ஹரீஷ் என்கிற மூத்த வழக்கறிஞர் கூற்றுப்படி 'கிராஃபோர்ட் மார்க்கெட், ஜாவ்ரி பஜார் போன்ற இடங்களில் மக்கள் அவர்களிடம் இருக்கும் ஆயிரம் ரூபாய் நோட்டுகளை 300 ரூபாய்க்கு விற்றார்கள். உயர் மதிப்புத் தாள்களை வங்கியில் செலுத்தி அதன்மூலம் வரிப் பிரச்னையில் மாட்டிக் கொள்ள அவர்கள் விரும்பவில்லை'.

விளைவுகள்

1978 பண மதிப்பு நீக்க நடவடிக்கைக்குப் பின்பு நாட்டில் ரொக்கப் புழக்கம் குறையவில்லை. மாறாக அதிகரித்தது. காரணம், அரசே குறைந்த மதிப்பு ரூபாய்த் தாள்களைப் புழக்கத்தில் அதிக அளவில் விட்டது.

திரும்பப் பெறப்பட்ட 1000, 5000 மற்றும் 10,000 ரூபாய் தாள்களின் மொத்த மதிப்பு 73.1 கோடி. ஆனால், உடனடியாக 1,067 கோடி ரூபாய் மதிப்புக்கு 100 ரூபாய் தாள்களும் 650 கோடிக்கு ஏனைய குறைந்த மதிப்புள்ள ரூபாய் தாள்களும் புழக்கத்தில் விடப்பட்டன.

ஆக 1978 பண மதிப்புநீக்க நடவடிக்கை, உயர் மதிப்பு தாள்களை அகற்றுவதற்குத் தானே தவிர, புழக்கத்தில் இருந்த ரொக்கப் பண இருப்பைக் குறைப்பதற்கு அல்ல.

ரூபாய் கோடிகளில்	1977-78	1978-79	வித்தியாசம்
> 10	1285	1325	40
10	1825	1957	132
20	690	779	89
50	995	1440	445
100	4302	5369	1067
1000	55		
5000	17.97		
10000	0.11		
மொத்தம்	9170.1	10870	1699.92

1978 பண மதிப்பு நீக்க நடவடிக்கைக்குப் பின்
அதிகரித்த குறைந்த மதிப்பு தாள்களின் எண்ணிக்கை

விமரிசனங்கள்

1978ல் பண மதிப்பு நீக்கம் அறிவிக்கப்பட்ட அடுத்த நாளே இதனால் பெரிய பலன் இருக்காது என்று சி.என். வக்கில் மற்றும் டாக்டர் பி.ஆர். பிரமானந்தா என்ற இரண்டு பொருளாதார அறிஞர்களும் கருத்துத் தெரிவித்தார்கள். இது புழக்கத்தில் இருக்கும் ரொக்கப் பணத்தின் அளவைக் குறைத்திருந்தால் பயன் தந்திருக்கும். ஆனால், இப்படிப் பணத்தைக் கொடுத்துப் பணத்தை மாற்றுவதால் பலனில்லை. இது அரசுக்கு ஒரு விளம்பரம் மட்டுமே என்றார்கள்.

எப்படி 1946 பண மதிப்பு நீக்கம் வெறும் 10 கோடி ரூபாய் புழக்கத்தில் இருந்து வெளியேற உதவியதோ அப்படிப்பட்டது தான் இந்த நடவடிக்கையும். அப்படிப் பார்த்தால் இந்த நடவடிக்கை பெரும்பாலும் அரசியல் நோக்கங்களுக்காகவே செய்யப்பட்டிருக்கிறது. பொருளாதாரமும் மேம்படுவதற்காக அல்ல. அந்த விதத்தில் இது அரசியல்வாதிகள் நடத்தும் வியாபாரம் என்றும் சொன்னார்கள்.

மாநிலத் தேர்தல்களுக்கு முன்பாகத்தான் பண மதிப்பு நீக்கம் அறிவிக்கப்பட்டிருக்கிறது. நூர்ஜஹான் ரசக் என்ற அதிமுக நாடாளுமன்ற உறுப்பினர் இதை அரசியல் நோக்கம் கொண்டது என்று சொல்லியிருக்கிறார்.

சனத் குமார் என்ற மேற்கு வங்க சிபிஐ எம்பியும் இது அரசியல் 'ஸ்டண்ட்' தானே தவிர, செயல்பாட்டுக்கானது அல்ல என்றார்.

அன்றைய பாரதப் பிரதமர் மொரார்ஜி தேசாய் ஆயிரம் ஐயாயிரம் பத்தாயிரம் ரூபாய் நோட்டுகளைப் புழக்கத்தில் இருந்து நிறுத்துவதாக அறிவித்ததற்குக் காரணம், கருப்புப் பணத்தை ஒழிக்க அல்ல. அவருடைய அரசியல் எதிரியான, இருமுறை அவரைப் பிரதமர் தேர்தலில் தோற்கடித்த, அவர் இந்திய நிதியமைச்சராக இருந்தபோது டிஸ்மிஸ் செய்த, அவசர காலத்தில் சிறையில் தள்ளிய அரசியல் எதிரியான இந்திரா காந்தியைப் பழி வாங்குவதற்குத்தான் என்றும் சொல்லப்பட்டது.

பண மதிப்பு நீக்கம் அவசரச் சட்டம் குறித்து இந்தியா டுடே இதழில் எழுதிய ஜெய் துபாஷி என்பவர், அரசின் இந்த நடவடிக்கை முன்னாள் பிரதமர் இந்திரா காந்தியை மனதில் வைத்துத்தான் எடுக்கப்பட்டிருக்கிறது என்றும் அப்போதைய பிரதமர் மொரார்ஜி தேசாய், காங்கிரஸ் கட்சி பணத்தை தண்ணீராக செலவழிப்பதாகக் குறிப்பிட்டதாகவும் எழுதினார்.

அதை மறுத்த இந்திரா காந்தி, ஒரு பத்து ரூபாய் நோட்டு கூட எனக்கு ஆடம்பரம்தான் என்று சொன்னார்.

சுவாரசியம் என்னவென்றால், அப்போதைய ரிசர்வ் வங்கியின் ஆளுநர், ஐ.ஜி. படேல் இந்த முடிவுக்கு ஆதரவு தெரிவிக்கவில்லை. இந்த நடவடிக்கை முந்தைய ஊழல் ஆட்சியாளர்களையும் தலைவர்களையும் குறிவைத்து எடுக்கப்பட்டிருக்கிறது என்று அரசாங்கத்தில் பலரும் நினைக்கிறார்கள் என்று அவர் கூறினார். 'அப்போதைய இந்திய நிதி அமைச்சர் ஹெ.எம். படேல் என்னிடம் இந்த நடவடிக்கை பற்றிக் கூறியபோது, இதுபோன்ற நடவடிக்கைகள் மிக அரிதாகத்தான் பெரிய விளைவுகளை கொடுக்கும் என்று உறுதியாகக் கூறினேன்' என்று தனது Glimpses of Indian Economic policy : An Insider's View என்னும் புத்தகத்தில் குறிப்பிடுகிறார் ஐ.ஜி.படேல்.

மேலும் கருப்புப் பணம் வைத்திருப்போர் பெரும்பாலானோர் அதை வெகு நாட்களுக்கு ரொக்கமாக வைத்திருப்பதில்லை;

கருப்புப் பணம் என்பது கட்டுக்கட்டாக தலையணைகளுக்கு அடியிலும், சூட்கேசிலும் அடுக்கப்பட்டிருக்கும் என்று நினைப்பது குழந்தைத்தனம் என்றும் சொன்னேன் என்றார்.

பணமதிப்பழிப்பு முடிந்து ஆறு மாதங்கள் கழித்து ஹெ.எம். படேல் அதன் விளைவுகளை ஜூலை 18, 1978 அன்று இப்படித் தெரிவித்தார்: 'உயர் பண மதிப்பு நீக்கம் செய்ததன் நோக்கம் தவறான முறையில் பணத்தைப் பரிவர்த்தனை செய்வதைத் தடுப்பது. காரணம், அதன் மூலம் வரி ஏய்க்கப்படுகிறது, ஆரோக்கியமான முறையில் பொருளாதாரம் வளர முடியாமல் போகிறது. இந்த நடவடிக்கையால் சுமார் 16 கோடி ரூபாய் ரொக்கப் பணம் மதிப்பிழந்தது. அதனால், இனி அந்த அளவு பணம் புழக்கத்தில் குறையும். வரி ஏய்ப்போர் மற்றும் கருப்புச் சந்தையாளர்கள் மீது ஒரு உளவியல் ரீதியான தாக்கத்தைக் கொடுக்க முடிந்தது. அது போக, வரி நிர்வாகத்திற்கு உயர் மதிப்பு தாள்களை எவர் வைத்திருந்தார்கள் என்ற பயனுள்ள விவரம் கிடைத்திருப்பது. அதை வைத்து பல்வேறு வரி ஏய்ப்புகளைக் கண்டுபிடிக்க முடியும்.'

அதே ஹெ.எம். படேல், 1972ல் ஒரு குஜராத்தி பத்திரிக்கையில், கட்டுப்பாடுகள், அதிக அளவு வரி, ஊழல் ஆகிய மூன்றும்தான் கருப்புப் பணம் உருவாகக் காரணம் என்று எழுதினார். பின்னர் 1978ல் பிரதமர் சொன்னதற்கு ஏற்ப பண மதிப்பு நீக்க அவசரச் சட்டம் கொண்டுவந்தார்.

புலியை எலிப்பொறியில் பிடிக்கும் முயற்சி என்று
ஆர்.கே. லஷ்மண் வரைந்த கார்ட்டூன்

10

டிமான் 2016

எத்தனையோ கனவுகளுடனும் எதிர்பார்ப்புகளுடனும் மக்கள் தங்கள் அன்றாட வாழ்க்கையை ஓட்டிக் கொண்டிருக்கிறார்கள். தங்களுடைய எல்லா விருப்பங்களும் தங்கள் வாழ்நாளில் நிறைவேறிவிடாது என்று அவர்களுக்குத் தெரியும். ஆனாலும், பெரும்பாலான மக்கள், சிரமம் இருந்தாலும் தாமதமானாலும் அவர்கள் தேவைகளையும் விருப்பங்களையும் நிறைவேற்றிக் கொள்ள சரியான வழிகளில் மட்டுமே முயற்சித்துக்கொண்டிருக் கிறார்கள். சட்டங்களைப் பயத்துடன் பின்பற்றுகிறார்கள். ஆனால் அதே சட்டங்களைப் பலரும் வளைத்து, அநியாயங்கள் செய்து, சொகுசாக வாழ்வதையும் அவர்கள் பார்க்கிறார்கள். ஆட்சிகள் மாறுகின்றன. ஆனாலும் அவர்களில் பலரது வாழ்க்கையில் பெரிய முன்னேற்றம் இல்லை.

இப்படிப்பட்ட சாதாரண மக்கள்தான் மிகப்பெருமளவில் இங்கே வாழ்கிறார்கள். திடீரென்று ஓர் இரவு, பரவலாகப் புழக்கத்தில் இருக்கும் இரண்டு முக்கிய ரூபாய்த் தாள்கள் செல்லாது என்று அறிவிப்பது, அதுவும் அவை உடனடியாக 'செல்லாத வெற்றுத்தாள்களாகப் போய்விட்டன; அவற்றை வங்கிகளில் கொடுத்து மாற்றிக் கொள்ளுங்கள்' என்று அறிவிப்பது ஒன்றும் சாதாரண அறிவிப்பல்ல.

மருத்துவமனைகளில் இருந்தவர்கள், பிரயாணம் செய்து கொண்டிருந்தவர்கள், வெளியூர் போயிருந்தவர்கள், திருமணம் வைத்திருந்தவர்கள் அனைவரையும் இந்த அறிவிப்பு திடீரென்று

சென்றடைந்தது. ஒரு நாள் வேலைக்குப் போகாவிட்டாலும் அன்றைய தினம் உணவில்லை என்னும் நிலையில் இருந்தவர்களும் இருந்தனர். சிறு குறு தொழில் நிறுவனங்களில் கைக்கும் வாய்க்குமான வருமானத்துடன் வேலை செய்துகொண்டிருந்தார்கள் பலர்.

வேலைக்குப் போக, தினசரி நான்கைந்து மணி நேரங்களைப் பயணம் செய்வதற்கும் மட்டுமே செலவிட வேண்டிய நிலையில் பலர் இருந்தனர். வங்கிகள், ஏடிஎம் வசதிகள் இல்லாத சிறு கிராமங்களில் பலர் வசித்தார்கள்; வயதானவர்கள், நோய்வாய்ப் பட்டவர்கள், உடல் குறைபாடு உள்ளவர்கள்; விவசாயிகள்; கடைக்காரர்கள்; பூ, காய்கறி, பழங்கள் போன்ற அழுகும் பொருட்களைத் தலையில் சுமந்து விற்கும் வியாபாரிகள்; குழந்தைகள், ஆதரவற்றோர், மனநலக் காப்பகங்கள் நடத்துபவர்கள் என்று பலரும் அந்த அறிவிப்பால் நிலைகுலைந்து செய்வதறியாது திகைத்துப் போனார்கள்.

வரி ஏய்ப்பு செய்து, லஞ்சம் வாங்கி, ஊழல் புரிந்து, பணத்தை சேர்த்து வைத்திருப்போர், கள்ளப் பணம் வைத்திருப்போர் ஆகியோரைப் பிடிக்க இதுவே வழி என்று அன்றாட வாழ்வில் அனைவரும் பயன்படுத்தும் பணத்தைத் திடீரென்று செல்லாது என்று அறிவித்தது ஏழைகளையும் நலிந்தோரையும் துயரில் தள்ளியது.

எல்லை தாண்டி போய் இந்தியாவுக்கு எதிராகச் செயல்படும் தீவிரவாத குழுக்களின் கூடாரங்கள் இருக்குமிடத்தை நவீன சாதனங்களைக் கொண்டு கண்டுபிடித்து, சுற்றியுள்ள இடங்களைத் தவிர்த்துவிட்டு, எதிரிகள் இருக்கும் இடங்கள் மீது மட்டும் மிகத் துல்லியமாகத் தாக்கி அழிக்கும் சர்ஜிகல் ஸ்டிரைக் போல் இது அமைக்கப்படவில்லை.

மாறாக, இலங்கை தொடங்கி பல்வேறு நாடுகளில் ஆயுதம் தாங்கிய குழுக்களை அழிக்க, பலவிதங்களிலும் போராடிவிட்டு, இறுதியில் மக்களோடு கலந்து இருக்கும் போராளிகளை எப்படியும் அழித்தாகவேண்டும் என்ற முடிவுடன், யார் என்ன என்றும் பாராமல், அனைவர் மீதும் குண்டு மழை பொழிந்து அழிக்கும் வழிமுறைதான் இந்த நடவடிக்கை. மக்கள் அதிகம் இருக்கிற இடங்கள், குறைவாக இருக்கிற இடங்கள் என்று வேறுபாடு பார்க்காமல் ஒவ்வொரு சதுர அடியும் சேதமாகும் விதம் குண்டு வீசும் ‘கார்பெட் பாமிங்’ போல் அல்லவா நடந்திருக்கிறது இந்தப் பணமதிப்பழிப்பு நடவடிக்கை!

பிட்டுக்கு மண் சுமந்த சிவபெருமான் சரியாகச் சுமக்கவில்லை என்று மதுரை பாண்டிய மன்னன் வேலையாள் தோற்றத்தில் இருந்த சிவபெருமான் முதுகில் பிரம்பால் ஒரு அடி அடித்தான் என்றும், அவன் அப்படி அடித்த அடி உலக மக்கள் அனைவரின் முதுகிலும் விழுந்து என்றும் அதுதான் முதுகுத்தண்டு ஆனது என்றும் இந்து புராணங்கள் சொல்கின்றன. அரசன் அன்று கொடுத்த அந்த ஓர் அடி எப்படி எல்லோருடைய முதுகிலும் விழுந்ததோ அப்படியல்லவா பிரதமர் நவம்பர் 8 அன்று செய்த செல்லாத நோட்டு அறிவிப்பு, மக்கள் அனைவரின் முதுகில் அல்ல, வயிற்றில் விழுந்தது?

1946

1946ம் ஆண்டிலும் இது நடந்தது. அப்போது அவர்கள் செய்தது, மிக அதிக உயர் மதிப்புள்ள ரூபாய்த் தாள்களை. 500, 1000 மற்றும் பத்தாயிரம் ரூபாய் தாள்கள் செல்லாது என்றுதான் அவசரச் சட்டம் போட்டார்கள்.

நாட்டின் விடுதலைக்கு முந்தைய அப்போதைய 500 ரூபாயின் மதிப்பு என்ன? 11.33 கிராமான ஒரு தோலா தங்கம் 73 ரூபாய். கிராம் விலை, ரூ 6.63. ஒரு சவரன், 53 ரூபாய். 500 ரூபாய்க்கு 9.41 சவரன் வாங்கலாம். 2016 ம் ஆண்டு மதிப்பில் 9.41 சவரன், ரூ. 22896.

1946ல் தடை செய்யப்பட்ட உயர் மதிப்புத் தாள் 500 ரூபாய்க்கு ஒன்பதரை சவரன் வாங்கும் பணம்.

2016ல் தடை செய்யப்பட்ட உயர் மதிப்புத் தாள் 500 ரூபாய்க்கு ஒரே ஒரு கிராம் தங்கத்தில் ஐந்தில் ஒரு பங்குதான் வாங்க முடியும். அவ்வளவு ‘குறைந்த மதிப்பு ரூபாய் தாள்’ அது.

1946ல் ஒரே தாளில் ஒன்பதரை சவரன் வாங்கு சக்தி கொண்ட 500 ரூபாய்த் தாள் எத்தனை பேரிடம் இருந்திருக்கும்? இருப்பதென்ன, அதை எத்தனை பேர் பார்த்திருப்பார்கள்?

அப்படிப்பட்ட ஐநூறு, ஆயிரம் மற்றும் 10,000 தாள்களைச் செல்லாது என்றால், அதனால் பாதிக்கப்படக்கூடியவர்கள் மிகப்பெரும் பணக்காரர்கள், ஊழல்வாதிகள் மற்றும் கருப்புப் பணக்காரர்கள் மட்டுமே.

அதற்கே அப்போதைய ரிசர்வ் வங்கி ஆளுநர் ஆட்சேபம் தெரிவித்தார். பிறகுதான் வேறு வழியின்றி ஒப்புக் கொண்டிருக்கிறார். அந்தப் பண மதிப்பு நீக்க நடவடிக்கையால் பெரும் பணக்காரர்கள் தவிர வேறு யாரும் பாதிக்கப்படவில்லை.

1978

36 ஆண்டுகளுக்குப் பின் மீண்டும் பண மதிப்பு நீக்கம் நடைபெற்றது. 1976ம் ஆண்டு, மீண்டும் ஆயிரம், ஐந்தாயிரம் மற்றும் பத்தாயிரம் ரூபாய்கள் செல்லாது என்று அவசரச் சட்டம் பிறப்பிக்கப்பட்டது.

நாடு விடுதலை பெற்றதிலிருந்து காங்கிரஸ் கட்சியின் ஆட்சிதான் பல்லாண்டுகள் தொடர்ந்தது. அதிலும், லால் பகதூர் சாஸ்திரி பிரதமராக இருந்த சொற்ப காலம் தவிர மற்றபடி நேரு, இந்திரா காந்தி என்று ஒரே குடும்பத்தின் ஆட்சிதான். இந்திரா காந்தி அவசர நிலைப் பிரகடனம் செய்து நாட்டின் பல்வேறு ஜனநாயகத் தூண்களையும் ஒடுக்கி வைத்து, தேர்தல் வைத்து தோற்ற நேரம் அது. அதன் காரணமாக, அடுத்து மாபெரும் மக்கள் புரட்சிக்கு ஒப்பான தேர்தல் முடிவுகளோடு, காங்கிரஸ் கட்சியையும் இந்திரா காந்தியையும் வீழ்த்திவிட்டு, தோழமைக் கட்சிகளின் ஆதரவோடு பிரதமர் நாற்காலியில் அமர்ந்தார் மொரார்ஜி தேசாய். இந்திராவும் காங்கிரஸாரும் கருப்புப் பணத்தைக் குவித்து வைத்திருக்கிறார்கள் என்ற அனுமானத்தில் அவர் பண மதிப்பு நீக்க நடவடிக்கையை முன்னெடுத்தார்.

ஆனால் அந்த நடவடிக்கையும் அனைவரையும் தாக்கும் கார்பெட் பாமிங் அல்ல. குறி பார்த்து அடிக்கும் சர்ஜிகல் ஸ்டிரைக் போன்றதுதான்.

1976ம் ஆண்டில் ஐநூறு ரூபாய் தாள்கள் இல்லை. ஆயிரம், ஐந்தாயிரம், பத்தாயிரம்தான் உயர் மதிப்புத் தாள்கள்.

அன்றைய ஆயிரம் ரூபாயில் இந்தியாவிலேயே அதிக விலைக்கு விற்கும் தெற்கு மும்பையில் ஐந்து சதுர அடி நிலம் விலைக்கு வாங்கிவிடலாம் என்பதுதான் நிலை.

ஒரு கிராம் தங்கத்தின் விலை 68 ரூபாய். 1,000 ரூபாய்க்கு 14.7 கிராம் தங்கம் வாங்கலாம். 2016 மதிப்பில் 14.7 கிராம் தங்கத்தின் விலை, ரூ. 42,071.

2016ம் ஆண்டில் 42 ஆயிரம் ரூபாய் மதிப்பில் இருந்த 1,000 ரூ தாளைத்தான் 1978ல் பண மதிப்பு நீக்கம் செய்திருக்கிறார்கள்.

அப்போது இந்தியாவில் 90, 95 சதவிகித மக்களுக்கு ஆயிரம் ரூபாய் என்பது அவர்களது ஒரு மாத வருமானம் அல்லது அதைவிடக் குறைவு.

இந்நிலையில், ஐந்தாயிரம், பத்தாயிரம் எல்லாம் நிச்சயம் பதுக்கல்காரர்கள், தவறான வழியில் பணம் சேர்த்தவர்கள் மட்டுமே வைத்திருக்கக்கூடிய ரூபாய் தாள்கள். அதனால் அந்தப் பண மதிப்பு நீக்க நடவடிக்கை மக்களைப் பாதிக்கவில்லை.

2016

ஆனால், 2016 செய்தது என்ன?

இந்தியாவின் மொத்த உள்நாட்டு உற்பத்தி மதிப்பில் 18 சதவிகிதம் வருவது முறைப்படுத்தப்படாத பொருளாதாரத்தில் இருந்தது தான். அதன் ஓட்டம் முழுவதும் ரொக்கப்பணத்தில்தான்.

ஆறாவது எகனாமிக் சென்செஸ் அறிக்கை, 2013 வெளியிட்ட தகவல்களின்படி, இந்தியாவில் நடக்கும் தனிநபர் செலவுகளில் 68 சதவிகிதம், ரொக்கப் பணத்தில்தான் நடக்கிறது. இந்தியாவில் இருக்கும் சிறு குறு தொழில் நிறுவனங்களின் எண்ணிக்கை 5.85 கோடி. அவற்றில் வேலை செய்பவர்களின் எண்ணிக்கை 13.5 கோடி. அவர்களுடைய வரவு செலவுகள் பெரும்பாலும் ரொக்கப் பணத்தில்தான்.

98 சதவிகித தனி நபர் பணப் பரிமாற்றம் இந்தியாவில் ரொக்கத்தில்தான் நடக்கிறது. இந்தியா மட்டுமல்ல அமெரிக்காவில் 55% பிரேசிலில் 85% ஜப்பானில் 86%. மேலும் 93 சதவிகித கிராமப்புற இந்தியா இன்னமும் வங்கிமயப்படுத்தப்பட வில்லை.

அப்படிப்பட்ட நிலையில் புழக்கத்தில் இருந்த மொத்த ரொக்கப் பணத்தில், 86 சதவிகித பணம் செல்லாது என்ற அறிவிப்பு மிகப் பெரிய நெருக்கடியை ஏற்படுத்தியது.

அறிவிக்கப்பட்ட அன்றும் அதன் பிறகும் பல நாட்களுக்கு இயல்பு வாழ்க்கை தொலைந்துபோனது. மக்களிடம் போதிய ரொக்கப் பணம் இல்லாததால் வியாபாரம் நசிந்து, எவ்வளவு காய்கறிகளும் பழங்களும், பூக்களும், இறைச்சியும், உணவுப் பொருட்களும் வீணாகியிருக்கும்? அவற்றைச் சார்ந்திருந்தோர் எவ்வளவு நஷ்டமடைந்திருப்பார்கள்?

பெரும்பாலோருடைய அன்றாட வாழ்க்கை நிலைகுலைந்து போயிருக்கும்! ஆயிரம் ரூபாய் தாள்களை மட்டும் செல்லாமல் செய்திருக்கலாம். அப்படிச் செய்திருந்தால் இவ்வளவு பெரிய திணறல் ஏற்பட்டு இருக்காது.

ஆனால் அது எப்படி முடியும்? 500 ரூபாய் தாள்களில்தானே அதிக கள்ளப்பணம் புழங்குகிறது, அவற்றிலும்தானே பதுக்குகிறார்கள் என்று கேட்பார்கள். அதற்காக? இதுவா ஒரே வழி? நிச்சயம் வேறு வழிகளை யோசித்திருக்கவேண்டும் அல்லவா?

நாட்டில் அப்போது புழங்கிய மொத்தப் பணத்தின் 49% 500 ரூபாய் தாளாகத்தான் இருந்திருக்கிறது. சரி, வலுவான காரணங் களுக்காகவே 500 ரூபாயையும் சேர்த்துச் செய்யவேண்டி இருந்தது என்று சொன்னால், அதற்குப் பதிலாக மாற்றித் தரவல்ல புதிய 500 ரூபாய்த் தாள்களை போதிய அளவு ஏற்பாடு செய்து வைத்திருக்க வேண்டும் அல்லவா?

உடம்பில் இருக்கிற 86 சதவிகித ரத்தத்தை உறிந்துவிட்டு மாற்று ரத்தம் ஏற்றுவது போன்றதுதான் இந்த நடவடிக்கை. ரத்தப் புற்று நோய்க்கான சிகிச்சைகளின்போது இப்படிச் செய்வார்கள் என்று கேள்விப்பட்டிருக்கிறோம். ஆனால், அப்படிச் செய்பவர்கள் மாற்று ரத்தம் தேவையான அளவு வைத்துக்கொள்ளாமல் செய்தால் எப்படி இருக்கும்!

அதுதான் நடந்திருக்கிறது.

மக்கள் தங்கள் கைவசம் இருந்த பணத்தை ஏடிஎம்களில், வங்கிகளில் கட்டிவிட்டார்கள். வங்கிகளிடம் செல்லத்தக்க பணம் கேட்டால், 'ஒரு தினத்துக்கு இவ்வளவுதான்' என்று தந்தார்கள். அதையாவது வாங்கமுடிந்ததா? எல்லா இடங்களிலும் கூட்டம், நெரிசல், தள்ளுமுள்ளு.

கையில் பணமில்லை. அல்லது இருப்பது செல்லாது. மாற்று தாள்களை கிடைக்கவில்லை. எப்படிப் பிழைப்பது?

அன்றாடத் தேவைகளுக்கு அன்றன்றைக்கு உழைத்துச் சம்பாதித்து, கடைகளில் வாங்கி, சமைத்துச் சாப்பிட்டு வாழும் மக்கள் நிலை என்ன?

தாள்கள் அச்சடித்து வரவில்லை. அவற்றை எடுத்து வரும் வண்டிகள் போதவில்லை. அவற்றை ஏடிஎம்களில் வைத்தாலும் உடனே வெளியே எடுக்க புரோகிராம் மாறுதல்கள் செய்ய இயல வில்லை. இவற்றையெல்லாம் முன்கூட்டியே யோசிக்காமல், மாற்றங்கள் செய்து கொள்ளாமல், அறிவிப்பை மட்டும் செய்துவிட்டு, அதன் பிறகு மக்களை அலைக்கழிப்பது எப்படிச் சரியாகும்?

ஆனாலும் மக்கள் பொறுத்துக்கொண்டார்கள்; ஒத்துழைத்தார்கள்; ஏன் ஆதரவு குரல்கூடக் கொடுத்தார்கள். எவரும் செய்யாத ஒரு தீரச் செயலை நம் பிரதமர் செய்துவிட்டார் என்று அவர்கள் நம்பினார்கள்.

திரைப்படங்களில் கதாநாயகன், வில்லனுக்கு அடி உதை கொடுத்தால் கைதட்டும் ரசிகர்களைப்போல மக்களில் பலர், குறிப்பாக ஏழைகள், படிக்காதவர்கள், இளைஞர்கள் பிரதமரின் அறிவிப்பை உடனடியாகவும் வெளிப்படையாகவும் வரவேற்றார்கள்.

எதிர்ப்பு இல்லை. ஆதரவு இருந்தது. போராடவில்லை. ஒத்துழைத்தார்கள். எல்லாம் எதற்காக? இதோடு கருப்பு பணம், கள்ளப்பணம் ஒழிந்துவிடும் என்ற நம்பிக்கையில்தான். அதற்கு அடுத்து நடந்த ஏழு மாநிலத் தேர்தல்களில், பஞ்சாப் தவிர பிற மாநிலங்களில் பிரதமரின் கட்சி வெற்றி பெற்றது இதையே காட்டுகிறது.

ஆனால், முடிவு? 'மலையைக் கெல்லி எலியைப் பிடித்தது போல்' ஆகிவிட்டது!

1976 ல் நடந்ததைப்போல, கால் பங்கு உயர் மதிப்பு தாள்கள் வராமல் போகும். 'கங்கையில் வீசுவார்கள்', 'எரிப்பதைத் தவிர அவர்களுக்கு வேறு வழியில்லை' என்றெல்லாம் சொன்னார்கள். ஆனால் கிட்டத்தட்ட மொத்தப் பணமும், ஒரு சதவிகிதத்துக்கும் குறைவான வெறும் 10,760 கோடி ரூபாயைத் தவிர, பத்திரமாக ரிசர்வ் வங்கிக்கு வந்துவிட்டது.

அரசு எதிர்பார்த்த மூன்று லட்சம் கோடி ரூபாய் லாபம் கிடைக்கவில்லை. மாறாக, அலைச்சல், உழைப்பு, செலவு மற்றும் கெட்ட பெயர். எல்லாம் போக, அரசுக்கு வழக்கமாக வரும் ரிசர்வ் வங்கியின் பங்காதாயம், டிவிடெண்டும் பாதியாகக் குறைந்துபோனது.

இதெல்லாம் பரவாயில்லை என்று அரசு சொல்லலாம். ஆனால், 15 லட்சம் பேர் வேலை இழக்க நேரிட்டதை எப்படி எடுத்துக் கொள்வது? உள்நாட்டு உற்பத்தியான ஜிடிபியின் வளர்ச்சி ஒரு காலாண்டில், மூன்று ஆண்டுகளில் இல்லாத அளவாக 5.7% மட்டுமே ஆனது பெரும் சரிவு அல்லவா? ஜிடிபி அவ்வளவு குறைவு என்றால், எவ்வளவு வேலை இழப்பு, வருமான இழப்பு நேர்ந்திருக்கும்? அவ்வளவு பொருளாதார இழப்புக்கும் அரசுக்கு வரியும் வந்திருக்காது. அந்தப் பணமும் அரசுக்கு இழப்புதான்.

எல்லாம் சில மாதங்களுக்குத்தான். மீண்டும் சரியாகிவிடும். இப்போது இந்தியாதான் உலகிலேயே பொருளாதார மதிப்பில் மிக வேகமாக வளரும் நாடு; சீனாவை விடவும் அதிகம் என்றும் சொல்கிறார் நிதியமைச்சர் அருண் ஜேட்லி.

தூங்குகிற அனைவர் முகத்திலும் தலையணையை வைத்து இரண்டு நிமிடங்களுக்கு அழுத்துவதுதான் சிகிச்சை என்றார் மருத்துவர். சிரமம் இரண்டே நிமிடம்தான். பின்பு சரியாகிவிடும் என்று செய்தார். இளையோருக்கு ஆரோக்கியமானவர்களுக்கு சரி. வயதானவர்களுக்கு ? பச்சிளம் குழந்தைகளுக்கு ?இரண்டு நிமிடங்களுக்கு பின் அவர்கள் பழைய நிலையில் இருப்பார்களா? பாவம் பலர் இல்லாமலே போய்விட்டார்கள்.

2018ல் பொருளாதார வளர்ச்சி விகிதம் சகஜ நிலைக்குத் திரும்பி இருக்கலாம். ஆனால், அந்தக் குறிப்பிட்ட காலகட்டத்தில் போனவர்கள், அழிந்த வியாபாரங்கள், தொழில்கள், வாய்ப்புகள் எல்லாம் அழிந்தவைதானே. அந்த நிலை மாறுமா? அவர்கள், அவர்கள் குடும்பங்கள், அவர்களது நிறுவனங்கள், அவற்றின் ஊழியர்கள், அவர்தம் குடும்பங்கள் என்று பரந்து விரிந்த ஒரு வட்டத்தினர் பாதிக்கப்பட்டது நிஜம். அவர்கள் மீளமுடியுமா?

இவ்வளவு பணம் மதிப்பு நீக்கம் செய்யப்பட்டதில் 99.3% திரும்பி வருவதற்குப் பல காரணங்கள் உள்ளன.

1946இல் கொடுத்தது போல வெறும் பத்து நாளோ, 1978ல் கொடுத்தது போல வெறும் ஒரு வாரமோ மட்டும் பணத்தை மாற்றிக்கொள்ள நீங்கள் அவகாசம் தரவில்லை. தாராளமாக 50 நாள்கள் கொடுக்கப்பட்டன.

அதனால்தான் இவ்வளவு பணம் வந்தது என்றும் சொல்லலாம்.

வங்கிக் கணக்கு இல்லாமல் பலரும் தினசரி ‘இவ்வளவு’ என்று ரூபாய் நோட்டுகளை மாற்றிக்கொள்ள அனுமதிக்கப்பட்டார்கள். அது ஒரு முக்கியக் காரணம். அந்த ஒவ்வொரு நாளும், பல வங்கிகளில், அவர்களையோ அல்லது ஒரு தொகையை ஊதியமாகக் கொடுத்து ஆட்களை வைத்தோ பலரும் அவர்களிடம் இருந்த கருப்புப் பணத்தை மாற்றி இருப்பார்கள் அல்லவா?

அவர்கள் எழுதிக்கொடுத்த படிவங்கள், அவர்கள் கொடுத்த அடையாள அட்டையின் நகல்கள் இருக்கின்றன என்றெல்லாம் சொல்லலாம். ரூபாய்த் தாள்கள் எண்ணுவதற்கே இவ்வளவு நாள்கள் ஆனது. இந்த லட்சக்கணக்கான படிவங்களை எடுத்து,

அவற்றில் இருந்து விவரங்கள் சேகரித்து, சரிபார்த்து அவர்களைக் கண்டுபிடிப்பது சுலபம்தானா? அதற்கு எவ்வளவு நேரமும், உழைப்பும் பணமும் செலவாகும்?

அப்படியே செய்தாலும் அது சரியானதாக இருக்கும் என்று உறுதியாகச் சொல்லமுடியுமா? காரணம், எல்லா வங்கிகளிலும் படிவங்கள், அடையாள அட்டை நகல்களைச் சரி பார்த்துத்தான் வாங்கினார்களா?

அது தவிரவும் 'கருப்புப் பணம்' எல்லாம் அடையாளம் இல்லாமல் ஓடி வந்து, நல்ல பணமாக மாற, மக்களுக்கு அத்தியாவசியமான குறிப்பிட்ட இடங்களில் செல்லாது என்று அறிவிக்கப்பட்ட 500, 1,000 ரூபாய்த் தாள்களைப் பயன்படுத்தலாம் என்பது போல இன்னும் பல வழிகள் திறந்தே இருந்தன. உதாரணத்திற்கு, நாட்டில் நாள் ஒன்றுக்கு நாலரை கோடி பேர் பெட்ரோல், டீசல் போடுகிறார்கள். ஒரு நாள் பெட்ரோல் பங்குகளில் வசூல் ஆகும் தொகை கிட்டத்தட்ட 1800 கோடி ரூபாய். இப்படிப் பல நாட்கள். விட்டுப்போன வரிகளைக் கட்டலாம் என்றதும் பழைய பாக்கிகளைச் செல்லாத தாள்கள் கொண்டு கட்ட அனுமதிக்கப் பட்டார்கள். பல ஆண்டுகள் நிலுவையில் இருந்த பணம் வசூலானதாகத் தகவல்.

அவற்றைச் செய்தது தவறல்ல. அப்படியெல்லாம் செய்திருக்கா விட்டால் எளிய, நேர்மையான மக்களுக்கு இன்னும் கூடுதல் நெருக்கடி ஏற்பட்டிருக்கும்.

ஆனால், அப்படிச் செய்யப் போக, பலர் அவர்களது கருப்புப் பணத்தை செல்லுபடியாகிற பணமாக மாற்றிக்கொண்டு விட்டார்களே! சில வங்கி அதிகாரிகள்மீது நடவடிக்கை என்றுகூடச் செய்திகள் வந்தன. ஆனால், தவறு செய்த எல்லோரையும் பிடிப்பது அவ்வளவு எளிதா?

இப்படி நடந்ததற்கு முக்கியக் காரணங்கள் மூன்றுதான்.

முதலாவது மொத்த பண மதிப்பு நீக்கம் செய்யப்பட்ட தாள்கள் ரொக்கப்பணத்தில் 86%.

இரண்டாவது மாற்றிக் கொள்ள அவகாசம் 50 நாட்கள் என்ற, 'நீண்ட காலம்'.

மூன்றாவது காரணம் ரூ. 500 மற்றும் 2000 தாள்களைப் போதுமான அளவு அச்சடித்து வைத்துக்கொள்ளாமல் விட்டதும், இருந்த 100 மற்றும் மற்ற சிறிய மதிப்புத் தாள்களை

விநியோகிக்க ஏற்பாடுகள் செய்துகொள்ளாததும் ஆகும். அதாவது, உடனடியாகப் புதிய செல்லும் ரூபாய்த் தாள்கள் கொடுக்க முடியாமல் போனது.

முதல் காரணத்தை எப்படி விடுவது என்று கேட்கலாம். 500 ரூபாய் தாள்களும் தானே பிரச்னை என்று சொல்லலாம்.

இரண்டாவது காரணம் சரியானதுதான். இல்லாவிட்டால் சிக்கல் அதிகமாக இருக்கும் என்கிறீர்கள். அதுவும் சரி.

மூன்றாவது காரணம். அதை மட்டும் சரியாகச் செய்திருந்தால், இந்தப் பண மதிப்பு நீக்க நடவடிக்கை குறித்து இவ்வளவு வருத்தங்கள், விமரிசனங்கள் வந்திருக்காது. கருப்பு பண இருப்பு அழிப்பும் பெருமளவு வெற்றி பெற்றிருக்கும். இந்தப் பண மதிப்பு நடவடிக்கை கொண்டாடப்பட்டிருக்கும்.

பண மதிப்பு நீக்க நடவடிக்கை என்பது ரகசியமாகச் செய்யவேண்டிய ஒன்று. அதை எப்படி முன்கூட்டியே தாள்கள் அச்சடித்து, ஏடிஎம்களில் புரோகிராம்கள் மாற்றி செய்ய முடியும் என்று கேட்கலாம். இந்தக் கேள்விக்கு மக்கள் ஒரு பதில் கேள்வியை எழுப்புகிறார்கள். இவ்வளவு கஷ்டமாக இருக்கும்போது ஏன் இதைச் செய்தீர்கள்?

பண மதிப்பு நீக்க நடவடிக்கையால் ஏற்பட்ட பலன்கள்

- நேர்மையாக வரி கட்டுகிறவர்கள் திருப்தியாக உணர்ந்தார்கள்.
- வருமான வரி கட்டுவோர் எண்ணிக்கை அதிகரித்திருக்கிறது. 56 லட்சம் புதிய வரி கட்டுவோர் வந்திருக்கிறார்கள்.
- வருமானத்திற்கு அதிகமாகப் பணத்தை வங்கிகளில் கட்டியவர்கள் விவரம் அரசுக்குக் கிடைத்திருக்கிறது. அதை வைத்து மேல் நடவடிக்கைகள் எடுக்கப்படுகின்றன. அரசுக்கு வருமானம் வரலாம்.
- எப்போது வேண்டுமானாலும் அரசு மீண்டும் இப்படி உயர் மதிப்புத் தாள்களை மதிப்பு நீக்கம் செய்யலாம் என்கிற அச்சம் ரொக்கமாகப் பணத்தை பதுக்குகிறவர்களிடம் ஏற்பட்டிருக் கிறது. தீவிரவாதிகளின் செயல்பாடுகள் குறைந்திருக்கின்றன. இவையெல்லாம் பண மதிப்பு நீக்க நடவடிக்கையால் கிடைத்திருக்கும் பலன்கள்.

- வரிக்கும் ஜிடிபிக்குமான விகிதாசாரம் அதிகரித்திருக்கிறது.
- வருமான வரி போன்ற நேரடி வரிகளுக்கும் மறைமுக வரிகளுக்குமான விகிதாசாரமும் மேம்பட்டிருக்கிறது.
- ஜிடிபிக்கும் புழக்கத்தில் இருக்கும் ரொக்கப் பணத்திற்குமான சதவிகிதம் குறைந்திருக்கிறது. முன்பைக் காட்டிலும் அதிகம் என்றாலும் அதிகரித்து இருக்க வேண்டிய அளவு அதிகரிக்கவில்லை.
- டிஜிட்டல் பணப் பரிமாற்றத்தில் சிறிய முன்னேற்றம் வந்திருக்கிறது. அது நிலையாக இல்லாவிட்டாலும் முன்னிலும் அதிகம்தான். பண மதிப்பு நீக்க நடவடிக்கையால் சிலர் அதைப் பயன்படுத்திப் பார்க்க வாய்ப்புக் கிடைத்தது. அவர்களில் ஒரு பகுதியினர் தொடர்கிறார்கள்.
- தீவிரவாதத் தாக்குதல்கள் குறைந்திருக்கிறது. இது தொடர வேண்டும். அவர்களும் ரொக்கம் தவிர வேறு புது வழிகள் கண்டுபிடிக்காமல் இருக்கவேண்டும்.
- பரஸ்பர நிதிகளுக்குப் பெரும் தொகை, அவற்றின் 'அசெட்ஸ் அண்டர் மேனேஜ்மென்ட்'. அதுவரை இல்லாத அளவாக, கிட்டத்தட்ட 27 லட்சம் கோடி என்ற அளவைத் தொடுமளவு உயர்ந்தது. இவையெல்லாம் முறைப்படுத்தப்பட்ட பொருளாதாரத்திற்கு வந்து சேர்ந்த பணம். அதன் மூலம் மக்களுக்கு லாபமா நட்டமா என்பது வேறு கதை.
- அதுவரை வங்கிகளுக்கு வராமல் வெளியிலேயே முடங்கியிருந்த அல்லது சுற்றிக்கொண்டிருந்த 2 லட்சம் கோடி ரூபாய்க்கும் மேலான தாள்கள் வங்கிகளுக்குள் வந்திருக்கிறது.
- வங்கிகளுக்கு மிக அதிக அளவில் பணம் வந்ததால், வங்கி வட்டி விகிதங்கள் குறைந்தன. கடன் வாங்கியவர்கள் வட்டி குறைகிறதே என்று சந்தோஷப்பட்டார்கள். (டெபாசிட் போட்டு வைத்திருந்தவர்கள், அதே காரணத்திற்காக வருத்தப்பட்டார்கள்).

பணமதிப்பழிப்பு நடவடிக்கையால் உண்டான சிரமங்கள்

- உள்நாட்டு உற்பத்தி குறைந்தது.
- சிறு குறு தொழில்கள் பாதிக்கப்பட்டன.

- மக்கள் ரொக்கம் கிடைக்காமல் அவதிக்குள்ளானார்கள்.
- தின, வாரக் கூலி பெறுபவர்கள், விவசாயிகள் பாதிக்கப்பட்டார்கள்.
- லட்சக்கணக்கானவர்கள் வேலை இழந்தார்கள்.
- சிலர் இறந்து போனார்கள்.
- அரசுக்கு நட்டம். மத்திய அரசுக்கு ரிசர்வ் வங்கி கொடுக்கும் ஆண்டு டிவிடெண்ட் குறைந்துபோனது.
- வங்கிகளுக்கு நட்டம். ரிசர்வ் வங்கி கூடுதலாக கொடுத்த வட்டி மட்டும் 17 ஆயிரத்து 426 கோடி. அவ்வளவும் ரிசர்வ் வங்கிக்குச் செலவு.
- பண மதிப்பு நீக்கத்துக்குப் பிறகும் நாட்டில் ரொக்கம் தாராளமாகவே புழங்குகிறது. லஞ்சம், ஊழல் போன்றவை இருப்பதாகவே பத்திரிகைகள் தெரிவிக்கின்றன.
- முன்பைவிடப் பெரிய உயர் மதிப்புத் தாள் (ரூ. 2,000) புழக்கத்துக்கு வந்திருக்கிறது. ரூ. 500 தொடர்கிறது. ரொக்கப் பணத்தின் அளவு குறையவில்லை. ரொக்கப் பறிமாற்றம் தொடர்கிறது.

ரொக்கப் பணத் தாள்கள் சிறியவை. கையாள்வதற்கு எளிதானவை. படிக்காதவரும் ஏழையும் எளியவரும் சுலபமாகப் பயன்படுத்தமுடியும். ஒருவருக்கொருவர் கொடுக்க, வாங்க சுலபமானது. வங்கிக் கடன் அட்டைகள், மின்னணுப் பரிமாற்றம் போல இதற்குக் கட்டணம் இல்லை. பயன்படுத்துகிறவர்களுக்குக் கூடுதல் செலவாகாது.

மின்சாரமும் இணையமும் அதற்கான கருவிகளும் அனைவருக்கும் எல்லா நேரமும் கிடைக்கும் என்று சொல்ல முடியாது. வளர்ந்த நாடுகளிலேயே இயற்கை சீற்றங்களின்போது அவை செயல்படாமல் இருக்கின்றன. 2017ஆம் ஆண்டு சென்னை புயலின்போது செல்போன்கள் வேலை செய்யவில்லை. 2018ல் வந்த கஜா புயலின் போதும் பாதிக்கப்பட்ட மாவட்டங்களில் அதே நிலைதான். ஆகவே, ரொக்கத்தை வெளியேற்றி, பெட்டிக் கடை வரை மின்னணுப் பரிமாற்றம் என்பதெல்லாம் இப்போதைக்குச் சாத்தியமில்லை. ஆகவே ரொக்கம் தொடரட்டும்.

•

சில ஆண்டுகளுக்கு ஒருமுறை, அதுவும் மொத்த வருவாய் அல்லது வரி வருவாய் குறைகிறபோது, காங்கிரஸ், பாஜக என்று எந்த ஆட்சியாக இருந்தாலும், நடுவண் அரசால் 'இன்கம் டிஸ்குளோசர் திட்டங்கள்' கொண்டு வரப்பட்டிருக்கின்றன.

'கருப்புப் பணம் தவறுதான். ஆனால் வரியும் அபராதமும் சேர்த்து, 50 சதவிகிதம் கட்டிவிடலாம். பணம் மட்டும்தான் போகும். ஒரு தண்டனையும் இல்லை. மீதிப் பணம் வெள்ளை ஆகிவிடுகிறது' என்று பரவலாக நம்பப்படும் அளவில்தான் இதுவரை வந்த இன்கம் டிஸ்குளோசர் திட்டங்கள் இருந்திருக்கின்றன.

இப்படி ஒன்றிரண்டு அல்ல. பல இன்கம் டிஸ்குளோசர் திட்டங்கள் வந்திருக்கின்றன. மேலும் இந்த 2016 பண மதிப்பு நீக்க நடவடிக்கை காலகட்டத்திலும் ஒரு டிஸ்குளோசர் திட்டம் நடப்பில் இருந்தது.

டிக்ளேர் செய்யும் பணத்தில் 50% அரசுக்கு. மீதம் 50% உங்களுக்கு. வேறு கேள்விகள் இல்லை. இனி எல்லாம் வெள்ளை என்ற ரீதியில் அறிவிக்கப்பட்டது.

இதுபோல் மேலும் ஒரு திட்டம் வராது என்று கருப்புப் பணம் வைத்திருப்பவர்கள் எப்படி நம்புவார்கள்? ஏன் இப்போதே வெளியில் சொல்லப் போகிறார்கள்? கட்டப் போகிறார்கள்? தெரியவில்லை.

•

1948, 1978 என்று இருமுறை பண மதிப்பு நீக்கம் செய்யப்பட்டுள்ளன. ஆனால் முன்பும் சரி, பிறகும் சரி; இதில் தொடர்புடைய விவரமறிந்தவர்கள் சொன்னது ஒன்றுதான். இந்த நடவடிக்கையால் பலன் இல்லை. இருந்தும் இந்த நடவடிக்கை மூன்றாவது முறையாக எடுக்கப்பட்டிருக்கிறது. முதல் இரண்டு சமயங்களைக்காட்டிலும் குறைந்த மதிப்பிலான (ரியல் வேல்யூ) மற்றும் மிகப் பெரிய எண்ணிக்கையிலான தாள்கள் (2,300 கோடி) மதிப்பு நீக்கம் செய்யப்பட்டிருக்கின்றன. ஆனால் இந்த முறை செய்தது முற்றிலும் வேறு வகையிலானது. அதிகம் சிரமம் கொடுத்ததும்கூட, ரிசர்வ் வங்கி ஆளுநர், CBDT தலைவர், விவரம் அறிந்தவர்கள் என்று பலரும் திரும்பத் திரும்பச் சொல்வது, கருப்புப் பணத்தின் ஒரு பகுதி, அதுவும் சிறு பகுதி மட்டுமே ரொக்கப் பணமாக இருக்கும் என்பதுதான். பெரும்பாலும் கருப்புப் பணம் சொத்துகளாக மாறிவிட்டிருக்கும்.

கருப்புப் பணம் ஒழிக்க உச்ச நீதிமன்ற வழிகாட்டுதலின்படி ஸ்பெஷல் இன்வெஸ்டிகேஷன் அமைத்தது, பினாமிகள் ஒழிப்பு சட்டம் நிறைவேற்றியது, பல்வேறு நாடுகளுடன் DTAA ஒப்பந்தத்தை மாற்றியது, ரூ. 2.7 லட்சம் போலி நிறுவனங்கள்மீது நடவடிக்கை எடுத்தது என்று பல நடவடிக்கைகளைக் கருப்புப் பணத்துக்கு எதிராக இந்த அரசு செய்திருக்கிறது என்பது பாராட்டுக்குரியது.

கருப்புப் பணம் ஓரளவு குறைந்துவிட்டதாகவே வைத்துக் கொண்டாலும் இனிமேல் அது வளராமல் இருக்கமாறு பார்த்துக்கொள்ளமுடியுமா? இந்த நடவடிக்கை அதற்கும் சேர்த்து போதுமானதாக இருக்குமா?

•

பிரதமரின் நோக்கத்தில் பிழை இல்லை. எவரும் சந்தேகிக்கவில்லை. திட்டத்தை வரவேற்கவே செய்கிறார்கள்.

ஆனால் நிச்சயமாக செய்த விதம் பெரும் சிரமம் கொடுத்தது என்பதும், எதிர்பார்த்த அளவு பலன்கள் கிடைக்கவில்லை என்பதும் பலருக்கும் வருத்தமாக இருக்கிறது.

சிறிய அளவு பலனுக்குக் கொடுத்த விலை பெரிதென்று நினைக்கிறார்கள்.

நடந்தவை நடந்தவையாக இருக்கட்டும். இனி நடப்பவை நல்லவையாக இருக்கட்டும்.

•

பின் இணைப்பு

வெளிநாட்டு வங்கிகளில் பணம் -
இந்தியாவிற்குத்தான் முதலிடம்

(கருப்புப் பணம் குறித்து அமுதசுரபி, செப்டெம்பர் 2009 இதழில் சோம. வள்ளியப்பன் எழுதிய கட்டுரை)

இந்தியாவிற்குத்தான் முதலிடம். 1,456 பில்லியன் டாலர். அடுத்த இடத்தில் ரஷ்யா. 470 பில்லியன் டாலர். மூன்றாவது இடம் பிரிட்டனுக்கு, 390 பில்லியன். பலவற்றிலும் நம்மைவிட அதிகமாக இருக்கும் சீனா இதில் நமக்குப்பின் வெகுதூரத்தில், வெறும் 96 பில்லியன் டாலர்தான்.

உலக நாடுகள் அனைத்தையும் ஒரு தட்டில் வைத்தாலும், அடுத்த தட்டில் இருக்கும் இந்தியாவின் எடைக்கு அது சமமாகாது. அவ்வளவு வலுவாக உள்ளது இந்தியா! 1,456 பில்லியன் டாலர் என்றால், ரூபாய் கணக்கில் கிட்டத்தட்ட 70 லட்சம் கோடி ரூபாய். இந்தியா வாங்கியிருக்கும் கடன்களைப் போலவே, ஆண்டு பட்ஜெட்டைப் போலவே பல மடங்குகள் அதிகம்.

இது என்ன கணக்கு? இந்த முதல் சில இடங்களில் அமெரிக்காவையே காணோமே! எந்த விஷயத்தில் நாம் இவ்வளவு அதிகமாக இருக்கிறோம்?

ஸ்விட்சர்லாந்து நாட்டு வங்கிகளில் இந்தியர்கள் போட்டு வைத்திருக்கும் பணத்தின் அளவுதான் இது என்று ஸ்விஸ் பேங்கிங் அசோசியேஷன் அறிக்கை 2006 தெரிவித்தது.

கணக்கில் வராத பணம், கோடிக்கணக்கான ரூபாய்கள், ரகசியக் கணக்குகள், ரகசிய கோட் எண்கள் என்று ஸ்விஸ் வங்கியில் பணம் போடுவது பற்றிப் பல கதைகள் உள்ளன. இவற்றில் சில நிஜம்.

எப்படி சில நாடுகளில் பொருள்கள் வாங்கினால், வரிக் குறைவு காரணமாக அவற்றின் விலை குறையுமோ, அப்படி முதலீட்டுக்குச் சலுகைகள் கொடுக்கும் நாடுகள் சில உள்ளன. அவற்றை, டேக்ஸ் ஹாவென்ஸ் என்கிறார்கள். இப்படிப்பட்ட சலுகைகள் காட்டி ஈர்க்கும் நாடுகள் சுமார் 70 இருந்தாலும், அவற்றில் ஸ்விஸ்தான் பிரபலம். காரணமில்லாமல் இல்லை. இப்படிப்பட்ட பணத்தில் மூன்றில் ஒரு பகுதி, ஸ்விஸ் வங்கிகளில்தான் அடைக்கலம் ஆகியிருக்கிறது. 300 ஆண்டு சரித்திரம் உண்டு இதற்கு.

ஸ்விஸ் போன்ற வங்கிகளில் போடப்படும் பணம் மொத்தமுமே ஏன் கருப்புப் பணமாக இருக்கவேண்டும் என்று நினைக்கிறீர்கள்? வெளிநாடு வாழ் இந்தியர்களின் எண்ணிக்கை சுமார் 2 கோடி. அவர்களுடைய சேமிப்புகளும் அங்கே இந்தியர்களின் பணமாக இருக்குமல்லவா? என்று கேட்பாரும் உண்டு. இருக்கலாம். என்ன ஆனாலும் 70 லட்சம் கோடி ரூபாய்களா?

கடந்த நாடாளுமன்றத் தேர்தலின்போது அத்வானி இதை ஒரு பிரச்னையாக்கினார். காங்கிரசும் ஆமாம், ஆட்சிக்கு வந்த 100 நாட்களில் ஸ்விஸ் வங்கியில் உள்ள கருப்புப் பணத்தை கொண்டுவருவோம் என்பதுபோல பேசினார்கள்.

சில மாதங்களுக்கு முன் நடந்த ஜி20 மாநாட்டில் இப்படிப்பட்ட டேக்ஸ் ஹாவென்ஸ்மீது, நடவடிக்கைகள் எடுத்து அவற்றைச் சரி செய்யவேண்டும் என்று வலியுறுத்தப்பட்டது. குறிப்பாக நமது பிரதமரும் அது பற்றிப் பேசினார். அவற்றில் முக்கியமான வழி, வரிகள் தொடர்பான தகவல் பறிமாற்றம்.

சில நாட்களுக்குமுன், நீங்கள் கேட்பதைத் தரமுடியாது என்று ஸ்விஸ் வங்கிகளின் கூட்டமைப்பு தெரிவித்தது. 'ஒரு டெலிபோன் டைரக்டரியைத் தூக்கிப்போட்டு, இதில் உள்ள நபர்களின் கணக்கு விபரங்களைத் தாருங்கள் என்றெல்லாம் சொன்னால் எங்களால் தரமுடியாது. இது ஃபிஷ்ஷிங் எக்ஸ்பெடிஷன் போலல்ல'.

எங்களிடம் பணம் போட்டிருக்கும் வாடிக்கையாளர்களின் தனிப்பட்ட விவரங்களை நாங்கள் வெளியிட்டால், ஸ்விஸ் கிரிமினல் கோடு ஆர்டிகிள் 162 மற்றும் 320ன் படி சிறை மற்றும் இழப்பீடு கொடுப்பது போன்ற தண்டனைகளை எங்கள் வங்கி உள்நாட்டில் சந்திக்கவேண்டி வரும். ஆயுதங்கள், போதைப் பொருள்கள் கடத்தல் போன்ற குற்றங்களைத் தடுப்பதற்கு மட்டுமே இப்படிப்பட்ட விபரங்களை நாங்கள் தரமுடியும் என்பது அவர்களின் வழக்கமான வாதம்.

இருதரப்பு ஒப்பந்தங்கள் மூலம் இப்படிப்பட்ட விவரங்களைத் துரிதமாகப் பெறமுடியும். அமெரிக்கா சமீபத்தில் அப்படி ஒரு ஒப்பந்தத்தினை UBS AG வங்கியிடம் போட்டு 4,450 ரகசிய கணக்குகளின் விவரங்களைப் பெற்றிருக்கிறது. இந்தியாவும் இப்படிச் செய்யலாம்.

'டபுள் டேக்ஸேஷன் அவாய்டென்ஸ் அக்ரிமெண்ட்' தகவல் பறிமாற்றம் மூலம் நாம் தெரிந்துகொள்ளவிரும்பும் விவரங் களைப் பெறுவது சாத்தியம். வரும் டிசம்பரில் அதற்கான முதல் கூட்டம் ஸ்விஸ் வங்கிகளுடன் நடைபெறும். அவர்களும் ஒப்புக் கொண்டிருக்கிறார்கள் என்று நமது நிதியமைச்சர் சொல்லி இருக்கிறார். காத்திருப்போம். வேறு வழி!

●

கருப்புப் பணம், பண மதிப்பு நீக்கம் குறித்து என்ன சொன்னார்கள், சொல்கிறார்கள்?

1965

1965ல் அப்போதைய நிதி அமைச்சர் டி.டி. கிருஷ்ணமாச்சாரியிடம் நாட்டில் மிக அதிக அளவில் கருப்புப் பணம் இருக்கிறதே. ஏன் பண மதிப்பு நீக்கம் செய்யக்கூடாது? என்று கேட்டிருக்கிறார்கள். அதற்கு அவர், 'கருப்புப் பணம் குறித்துச் சொல்லப்படும் தொகைகள் மிகையாக இருக்கின்றன. மேலும், பண மதிப்பு நீக்க நடவடிக்கையால் அதைக் கட்டுப்படுத்த முடியாது. காரணம், கருப்புப் பணம் பாண்ட், பங்குகள் மற்றும் சொத்துகளாக வெவ்வேறு வடிவங்களில் மறைந்திருக்கின்றன' என்றார்.

1970

1970ல் ஸ்ரீலங்காவில் 100 மற்றும் 50 ரூபாய்த் தாள்களைப் பண மதிப்பு நீக்கம் செய்ததும், இந்தியாவில் நேரடி வரி விதிப்பு பற்றி ஆராய, நீதிபதி கைலாஷ் நாத் வான்சூ தலைமையில் ஒரு குழு அமைத்தார்கள். அந்தக் குழு 10 ரூபாய்த் தாள் வரை பண மதிப்பு நீக்கம் செய்யவேண்டும் என்று பரிந்துரை செய்தது.

அந்தப் பரிந்துரையை நடைமுறைப்படுத்தியிருந்தால், ரிசர்வ் வங்கி 350 கோடி தாள்கள் அச்சடித்து, பல்வேறு இடங்களுக்கு அனுப்பி, மக்களிடம் மாற்றிக்கொடுத்திருக்கவேண்டும். 350 கோடி தாள்கள் என்பது ஓராண்டில் அடிப்பதைப் போல பத்து

மடங்கு. ஆகவே அதை ரகசியமாக செய்திருக்கமுடியாது. எனவே, அப்போது செய்யவில்லை.

மீண்டும் மீண்டும் அதற்கான கோரிக்கை வந்தபோது பிரேம் சங்கர் என்ற கட்டுரையாளர் டைம்ஸ் ஆப் இந்தியா 28 ஆகஸ்ட் 1972ல் இவ்வாறு குறிப்பிடுகிறார்: 'பண மதிப்பு நீக்கத்தால் பிரச்னைகள் ஏற்பட்டாலும்கூட, தவறு செய்பவர்களை அச்சுறுத்த வேண்டி இருக்கிறது. இந்த நடவடிக்கையின் உண்மையான பலன், அது பொருளாதாரத்திற்கு கொடுக்கும் பலன்தான். எப்போதும் வரி ஏய்ப்பை வழக்கமாகச் செய்பவர்கள் அப்படிச் செய்வதற்குக் காரணம், நம்முடைய சட்டங்கள் அதற்கு இடம் கொடுப்பதுதான். அதற்காகவாவது அவ்வப்போது பண மதிப்பு நீக்க நடவடிக்கை செய்ய வேண்டும்'.

பண மதிப்பு நீக்க அவசரச் சட்டம் குறித்து இந்தியா டுடே இதழில் எழுதிய ஜெய் துபாஷி என்பவர், 'அரசின் இந்த நடவடிக்கை முன்னாள் பிரதமர் இந்திரா காந்தியை மனதில் வைத்துதான் எடுக்கப்பட்டிருக்கிறது' என்றார்.

1978

ஐ.ஜி. படேல் தனது புத்தகத்தில் குறிப்பிடுவது இது. 'அப்போதைய இந்திய நிதி அமைச்சர் ஹெச்.எம். படேல் என்னிடம் இந்த நடவடிக்கை பற்றிக் கூறியபோது, நான் இதுபோன்ற நடவடிக்கைகள் மிக அரிதாகத்தான் பெரிய விளைவுகளை கொடுக்கும் என்று உறுதியாகக் கூறினேன். கருப்புப் பணம் வைத்திருப்போர் பெரும்பாலானவர்கள் கருப்புப் பணத்தை வெகுநாட்களுக்கு ரொக்கமாக வைத்திருப்பதில்லை; கருப்புப் பணம் என்பது கட்டுக்கட்டாக தலையணைகளுக்கு அடியிலும், சூட்கேசிலும் அடுக்கப்பட்டிருக்கும் என்று நினைப்பது குழந்தைத்தனம் என்றும் சொன்னேன்.'

2012

இந்தியா மற்றும் வெளிநாட்டில் இருக்கும் கருப்புப் பணத்தைக் கையாள்வதற்கான வழிமுறைகள் குறித்து 2012ம் ஆண்டு சென்ட்ரல் போர்ட் ஆப் டைரக்ட் டேக்சஸ் தலைவர் எழுதிய 109 பக்க அறிக்கையில், 'பெரும்பாலும் பினாமி சொத்துகளாகவும், நகைகளாகவும், தங்கம் மற்றும் வெள்ளியாகவும் மறைத்து வைக்கப்பட்டிருக்கும் கருப்புப் பணத்தை ஒழிக்க, பண மதிப்பு நீக்க நடவடிக்கை தீர்வாக இருக்கமுடியாது' என்று குறிப்பிட்டிருக்கிறார்.

2016

'சந்தையின் குணங்களைக் கருத்தில் கொள்ளாமல் மிகச் சுமாராக திட்டமிடப்பட்டிருக்கும் இந்த நடவடிக்கை தோற்றுவிடும்' என்கிறார் முன்னாள் உலக வங்கித் தலைவரும் பொருளாதார நிபுணருமான கௌஷிக் பாசு.

'பணம் செல்லும் என்று அரசு கொடுத்திருக்கும் வாக்கு மீறப்பட்டிருக்கிறது. சர்வாதிகார அரசுதான் இப்படிப்பட்ட சிரமங்களை மக்களுக்கு கொடுக்கும்' என்கிறார் அமர்த்தியா சென்.

'இரண்டு சதவிகிதம் அளவு உள்நாட்டு உற்பத்தியைக் குறைத்திருக்கும் இமாலய நிர்வாகத் தவறு. இது சட்டப்பூர்வமான கொள்ளை' என்கிறார் முன்னாள் பிரதமர் மன்மோகன் சிங்.

●

இது வரை பணமதிப்பு நீக்கம் செய்திருக்கும் நாடுகள்

- *யு.எஸ்.ஏ. 1969 - 100 டாலருக்கு அதிகமான டாலலர்கள் அனைத்தும் (1000 மற்றும் 10,000 $)*
- *கானா 1982*
- *நைஜீரியா -1984*
- *பர்மா (மியன்மார்) 1987 - ராணுவ அரசு 80% மதிபுள்ள ரூ. தாள்களை செல்லாது என அறிவித்தது- குழப்பம்- போராட்டம். துப்பாக்கி சூடு*
- *சைரே* Zaire *- 1990*
- *சோவியத் யூனியன் - மிகேல் கோர்பசேவ் செய்தது*
- *ஆஸ்திரேலியா -1996 பேப்பர் தாள்களுக்கு பதிலாக முழுதும் பாலிமர் பிளாஸ்டிக் தாள்கள் அறிமுகம்*
- *வடகொரியா 2010*
- *ஜிம்பாவே 2010*
- *பாகிஸ்தான் 2015 - ரூ 5 மற்றும் 500. 2016ல் ஏனைய தாள்கள் 10,50,100 - 1000 அனைத்தும்.*

●

2016 பண மதிப்பு நீக்க நடவடிக்கை விவரங்கள்

மதிப்பழிக்கப்பட்ட தாள்களின் மொத்த ரூபாய் மதிப்பு

15.44 லட்சம் கோடி

திரும்பி வந்தவற்றின் மொத்த ரூபாய் மதிப்பு

15.3 லட்சம் கோடி

ரிசர்வ் வங்கிக்கு வராமல், செல்லாமல் போனவற்றின் ரூபாய் மதிப்பு

10,720 கோடி

தாள்களின் எண்ணிக்கை

தாள்களின் எண்ணிக்கை கோடிகளில்	தாள் மதிப்பு டினாமினேஷன்	ரூபாய் கோடிகளில்
1,716.50	500	8,58,250
685.8	1000	6,85,800
மொத்தம்	2,402.30	15,44,050

மூன்று பணமதிப்பழிப்பு நடவடிக்கைகளின் ஒப்பீடு

	1946	1978	2016
மதிப்பு நீக்கப்பட்ட ரூபாய். கோடிகளில்	143.97	80.48	15,41,793
திரும்ப வந்தவை ரூ.கோடிகளில்	134.9	59.51	5,31,073
வராதவை ரூ.கோடிகளில்	9.07	20.97	10,720
வராதவற்றின் %	6.3	26	0.7
கொடுக்கப்பட்ட நாள்கள்-அவகாசம்	10	7	50

●

ரொக்கப்பணம் எண்ணிக்கையின் வளர்ச்சி, உயர்மதிப்புத் தாள்கள், ஜி.டி.பி மற்றும் பணவீக்க விவரங்கள்

	1	2	3	4	5	6	7
2005- 06	26.6	16.8	13.9	9.3	4.2	4.5	
2006- 07	29.3	17.6	16.3	9.3	6.4	6.6	
2007- 08	26.7	17.2	16.1	9.8	5.8	4.7	
2008- 09	23.7	17.1	12.9	3.9	8.7	8.1	
2009-10	20.5	15.7	15.1	8.5	6.1	3.8	
2010-11	24.1	18.7	20.2	10.3	9.0	9.6	
2011-12	14.9	12.5	15.7	6.6	10.5	8.9	
2012-13	12.3	10.6	12.2	4.7	5.3	7.4	10.1
2012-13	12.3	10.6	13.9	5.6	7.9	7.4	10.1
2013-14	11.7	10.2	13.3	6.6	6.2	6.0	9.3
2014-15	12.9	11.4	10.8	7.2	3.3	2.0	5.9
2015-16	16.5	14.9	8.7	7.6	1.1	-2.5	4.9

1. உயர் மதிப்பு ரூபாய்த் தாள்கள்
2. மொத்த ரூபாய் தாள்கள்
3. ஜி.டி.பி - நடப்பு விலைகளில்
4. ஜி.டி.பி.'கான்ஸ்டண்ட்' விலைகளில்
5. கி.டி.பி. டிபிளேட்டர் வளர்ச்சி
6. மொத்த பணவீக்கம் - WPI
7. புதிய CPI - combined

Source: Based on data extracted from Reserve Bank of India (2016b), Handbook of Statistics on Indian Economy 2015 & 16.

ஆதாரங்கள்

Economic Times

India Times

The Wire

Hindustan Times

Indian Express

The Hindu Business Line

Business Standard

Economic and Political Weekly

Economics for World

Dinamalar

A study by Bhupal Singh and Indrajit Roy, RBI directors from the monetary policy department and department of statistics and information management, published in August 2106

RBI (2005): History of the Reserve Bank of India (1967-81), Vol III

●

www.ingramcontent.com/pod-product-compliance
Lightning Source LLC
LaVergne TN
LVHW040438051026
849517LV00002B/659

* 9 7 8 9 3 8 6 7 3 7 7 7 9 *